வசந்த காலக் குற்ற

கிழக்கு பதிப்பக வெளியீடுகளாக சுஜாதாவின் புத்தகங்கள்

வசந்த காலக் குற்றங்கள்

சுஜாதா

வசந்த காலக் குற்றங்கள்
Vasantha Kaala Kutrangal
by Sujatha
Sujatha Rangarajan ©

Kizhakku First Edition: October 2010
200 Pages
Printed in India.

ISBN 978-81-8493-556-1
Title No. Kizhakku 552

Kizhakku Pathippagam
177/103, First Floor,
Ambal's Building, Lloyds Road,
Royapettah, Chennai 600 014.
Ph: +91-44-4200-9601

Email : support@nhm.in
Website : www.nhm.in

Cover & Inside : Shutterstock

Kizhakku Pathippagam is an imprint of New Horizon Media Private Limited

நன்றி: கர்நாடக மாநில போலீஸ்
இலாகாவுக்கும் குறிப்பாக உப்பார்பேட்
போலீஸ் நிலைய அதிகாரிகளுக்கும்
டி.ஐ.ஜி. திரு டி.ஆர். கார்த்திகேயன்
அவர்களுக்கும்.

1

இந்திய ரயில்வேயின் சரித்திரத்தில் அன்று ஒரு பொன்னாள். திருப்பாப்புலியூர் பாசஞ்சர் சரியான நேரத்தில் பங்களூர் சிட்டி ரயில் நிலையத்துக்கு வந்து சேர்ந்தது. சரியான தினத்தில் வந்து சேர்ந்தால்கூட ரயில்வே நிர்வாகத்தினர் மகிழ்ச்சியுறுவர். அந்த ரயிலை பிளாட்பாரம் 2-லேயே மறந்துவிடலாம். அதில் வந்து இறங்கின ஆறுமுகம்தான் முக்கியம்.

அது அவன் சொந்தப் பெயரா தெரியாது. மணி, காதர், பீட்டர் பால், ஏசுவடியான் போன்ற பற்பல பெயர்கள் அவனுக்கு உண்டு. உயரம் ஐந்தடி ஆறு அங்குலம். வாட்ட சாட்டமான உடல்கட்டு. நல்ல நிறம், சுருட்டை யான தலைமயிர். கரிய பெரிய விழிகள். இடது கைப்பழக்கம். சற்றே கிட்டப்பார்வையும் உடை யவன். எதற்கு முழுவதும் வர்ணிக்க வேண்டும்? பெங்களூர் உப்பாரப்பேட்டை போலீஸ் நிலையத்தில் அவனுடைய குற்றப்பதிவு அட்டை இருக்கிறது. அதைப் பார்த்தால் போதும். சற்று பழுப்பாகிப் போன அவன் போட்டோவைப் பாருங்கள். அந்தச் சிரிப்பில் குற்றம் தெரிகிறதா? இல்லை! இரண்டு வருஷங்களுக்கு முன் போலீஸ் புகைப்படக்காரர் எடுத்தது. ('என்னய்யா சிரிக்கிறே?')

அவனுடைய இன்றைய தோற்றத்துக்கும் புகைப்படத் துக்கும் ஒற்றுமை அதிகமில்லை. மீசை திருத்தி,

தாடியை எடுத்து விட்டான். கண்ணாடி அணிவதில்லை. நடை யுடை பாவனைகளில் மெலிதான மாற்றங்களை ஏற்படுத்திக் கொண்டிருக்கிறான். இன்ஸ்பெக்டர் நவநீத்குமார் உட்பட யாராலும் அவனை இப்போது அடையாளம் கண்டுகொள்வது சற்று சிரமம்.

ரயில் நிலையத்திலிருந்து வெளிப்பட்ட ஆறுமுகத்தை நீங்கள் ஒரு நம்பகமான கம்பெனியின் சேல்ஸ்மென் என்றோ ஒரு இன்ஜினியர் என்றோ கேள்வி கேட்காமல் ஒப்புக்கொள்வீர்கள். கையில் அரிஸ்ட்டோக்ராட் ரகப்பெட்டி, கண்களில் மெல்லிய கண்ணாடி, புதிய, நலுங்காத சட்டை, பாண்ட். ஒரு சிகரெட்டை உதட்டில் பொருத்திப் பற்றவைத்துக்கொண்டு வெளிப்பட்ட வனை கழுத்தில் மப்ளர் அணிந்த ஒரு அதிகாலை ஏஜண்ட் 'க்யா ஸாப்! லாட்ஜிங் ஹோனே ஸாப்! அமர், ப்ராட்வே அச்சா ரூம் ஸாப்!' என்று வரவேற்க ஆறுமுகம் உள்ளுக்குள் சந்தோஷப் பட்டான். பங்களூர் அவனை வரவேற்கிறது. இரண்டு வருஷ மாகிறது. சென்ற முறை சிறைவாசம் முடிந்து வெளிப்பட்டதும் ஒரே ஒரு நாள் இருந்துவிட்டுத் தன் சொந்த ஊருக்குச் சென்றுவிட்டான் (அகரம்பட்டு). இரண்டு வருஷம் நல்லவனாக இருந்து பார்த்தான். மறுபடி அவனுக்கு நகரத் தாகம் ஏற்பட்டு விட்டது. பங்களூரின் பொன்முலாம் பூசின கவர்ச்சிகளும், குற்றங்களும், பானங்களும், பாவங்களும், சந்தர்ப்பங்களும், சந்துகளும் அவனை, 'திரும்பி வா, பாவப்பட்டவனே' என்று அழைத்தன. வந்துவிட்டான்.

மறுபடி அவன் க்ரைம் ரெகார்டைப் பாருங்கள். ஆறுமுகம் என்கிற பெயருக்கும் அவன் தோற்றத்துக்கும் சம்பந்தம் காண முடிகிறதா? ம்ஹூம். எந்தப் பெயரிலும் சுலபமாக மறைத்துக் கொள்ளக்கூடிய பொதுப்படையான தோற்றமல்லவா அவ னுடையது! அதுதான் அவன் சொத்து. மற்றொரு சொத்து, அவன் திறமை. எதில்?

க்ரைம் ரெகார்டைப் பாருங்கள். தேர்ந்த 'பூட்டுடைப்பவன்' என்கிறதல்லவா? ஆறுமுகத்துக்கு நிஜமான காதல் பூட்டு திறப்பதில்தான். உடைப்பதை கடப்பாரை படைத்த எந்த ஒன்றரை அணாத் திருடனாலும் செய்ய முடியும். ஆறுமுகம் அந்த ஜாதி இல்லை. கலைஞன். எந்த கம்பெனியின் எந்த அளவுப் பூட்டும் அவன் கைவிரல்கள் பட்டவுடன் சற்று அசடு வழியும். தொட்டவுடன் அவனுக்கும் அந்த ஜடப்பொருளுக்கும்

இடையே ஒரு மௌன உரையாடல் நிகழும். சாவி தயாரிப்புக்கு உரிய ப்ளாங்க்கை உள்ளே நுழைந்து மெலிதாக நிரடும்போது பூட்டின் லிவர் ரகசியங்கள் பதியும்போது ஆறுமுகம் பெறும் இன்பம் அவன் பார்த்த பெண்களில் கிடைத்ததில்லை. பூட்டின் உள் ரகசியங்களை பதிவெடுத்துக் கொண்டு வந்தால் போதும். தனிமையில் அறையில் ஒரு தேர்ந்த சிற்பக் கலைஞனின் சிரத்தையுடன் சாவி தயார் செய்வான். சின்ன ரம்பங்கள், அரங்கள், உல்ஃப் கம்பெனியின் மினி ட்ரில், சிற்சில உப்புக் காகிதங்கள், இவை போதும். தேய்த்துத் தேய்த்து டூப்ளிகேட் தயார் செய்து அடுத்த முறை பூட்டை முயலும்போது க்ளிக்... ஒரு திருப்பத்தில் அந்தப் பூட்டு சகலத்தையும் திறந்து காட்டி விடும். 'நீயல்லவோ பரிபூர்ணக் கலைஞன்' என்று சொல்லும். உடைக்காமல், சேதப்படுத்தாமல் திறக்கவேண்டும். அதில்தான் அவன் நாட்டம். அந்தப் பெண்ணிடம் கூட இதைத்தான் கேட்டான். 'உன்னை ஒண்ணும் செய்ய மாட்டேன். திறந்து பார்க்கிறேன். அது போதும் எனக்கு.'

திறப்பதுடன் அவன் சாதனை முற்றுப் பெறுகிறது. அதன்பின் கதவைத் திறப்பதிலும் உள்ளே நகை நட்டுகளைக் களவாடு வதிலும் அவனுக்கு அதிகக் கவர்ச்சியோ அக்கறையோ இல்லை. அந்த விஷயங்களில் கவனக்குறைவினால்தான் அவன் அகப் பட்டிருக்கிறான். அகப்பட்டுச் சிறைக்குப் போய் புதிய மனிதர் களைச் சந்தித்து வெளிவந்து, தலைமறைந்து... மறுபடி வந்திருக் கிறான்.

'இந்த முறை அகப்படமாட்டேன்.'

ஆறுமுகம் வந்து சேர்ந்த அதே நேரம் அவன் தங்கப்போகிற ஹோட்டலிலிருந்து ஒரு ஃபர்லாங் தூரமே இருக்கும் உப்பாரப் பேட்டை போலீஸ் நிலையத்துக்குள் சற்று தைரியமாகவே நுழையலாம். மெஜஸ்டிக் தியேட்டர் எதிரே சாலை சற்று அபாயகரமாகத் திரும்பும் முனையில் இருக்கிறது. சற்று நவீனமான இந்த போலீஸ் நிலையத்தின் சற்று அகலமான வாசலில் நுழைந்ததும் இடது சுவரில் ஒரு பெரிய பலகையில் இ.பி.கோ. பிரிவுகளின் கீழ் அந்த நிலையத்தின் பொறுப்பில் உள்ள இடங்களில் நடந்த குற்றங்களின் பட்டியல். அதைக் கடந்தால் இடம் வலமாக இரண்டு பக்கமும் பிரிகிறது. அந்த ஒற்றைமாடிக் கட்டடம் எதிரே திறந்த பகுதியில் எதற்கு இத்தனை சைக்கிள்கள் என்று வியப்புறலாம். மழை வெயில் தாங்காது

துருப்பிடித்துப்போன நூற்றுக்கணக்கான சைக்கிள்கள். எல்லாமே திருட்டு சைக்கிள்கள். மாஜிஸ்ட்ரேட் உத்தரவு பெற்று சொந்தக்காரர்கள் அடையாளம் காட்டக் காத்திருக்கும் சைக்கிள்கள். குற்றவாளிகளின் பாலபாடம் சைக்கிள் திருட்டு.

இடம் வலமாகப் பிரியும் இரண்டு பகுதிகளில் அந்த நிலையத்தில் நான்கு எஸ்.ஐ.களுக்கான தனி அறைகள். ரெகார்ட் ரூம் மேல் ஓரத்தில் சர்க்கிள் இன்ஸ்பெக்டரின் அறை. கொஞ்சம் தள்ளி ட்ராஃபிக் பிரிவு. பேஸ்மெண்ட் பகுதியில் லாக்-அப் அறைகள். மாடியில் இன்ஸ்பெக்டர்கள் தங்கும் ஜாகைகள்.

சப்-இன்ஸ்பெக்டர் நவநீத்குமாரின் அறைக்குள் நுழையலாம். சார் வரும் நேரம்தான். மாடியில் குடியிருக்கிறார். வருவதற்குள் அறையை ஆராயலாம். சுவரில் இரண்டு கை விலங்குகள் போர்டில் பொருத்தப்பட்டுச் சாவியுடன் தயாராக இருக்கின்றன. ஒரு ஸ்டாண்டில் 302 ரைஃபிள்கள் நிற்கின்றன. அவற்றை ஒன்று சேர அணைத்து சங்கிலிபோட்டுப் பூட்டப்பட்டிருக்கிறது. எதிரே அதே 302-ஐ அக்கக்காகப் பிரித்து வரைந்த படம். போலீஸ் மான்யுவல் கேட்கும் பற்பல ரிஜிஸ்தர்கள். எதிரே கான்ஸ்டபிள்களின் ரோந்துப் பாதையை விவரிக்கும் மேப். குற்றங்கள் வர்ண வர்ணமாக நிற்கும் பார் கிராஃப் வரைபடம். பச்சை விரிப்பு மேஜை. அதன் மேல் ஸ்டேஷன் டயரி. இதோ இன்ஸ்பெக்டர்...

நவநீத்குமாருக்கும் ஆறுமுகத்தின் வயதுதான் இருக்கும். வட்ட முகமும் பெரிய மீசையும் தலைமுழுவதும் பூப்பந்தாக மயிரும் சற்றே மைதீட்டினாற்போலக் கண்களும் உறுதியான உடற்கட்டும் பச்சை கலந்த காக்கியில் சுத்தமான சீருடையுமாக வந்து நாற்காலியில் செங்குத்தாக உட்கார்ந்தார். கான்ஸ்டபிள் ஸ்ரீராமுலு விறைப்பாக சல்யூட் அடித்து அந்த ஆறு வயதுப் பையனையும் ஏழு வயதுச் சிறுமியையும் அழைத்துவந்து, ‘லோ! முந்தே ஹோகு’ என்று அவர்களைத் தள்ளினான்.

‘என்னப்பா?’ என்று நவநீத்குமார் இருவரையும் பார்த்தார். அக்கா, தம்பி முக ஜாடையில் ஒற்றுமை. இரண்டு ஆளுக்கு ஒரு அழுக்குத் துண்டைத் தோளில் போர்த்தியிருந்தது சற்று வினோதமாக இருந்தது.

இந்தியாவின் எதிர்காலப் பிரஜைகள் கண்களில் பயத்துடன் அவரைப் பார்த்தன.

‘அஞ்சாயிரம் ரூபா திருடியிருப்பாங்க சார்!’ என்றார் கான்ஸ்டபிள் கன்னடத்தில்.

நவநீத்குமார் ஆச்சரியப்படாமல் ‘என்ன செஞ்சாங்க?’ என்றார்.

‘லோ ஹெளு ஸாகிப் அவரிகே!’ என்று சிறுவனின் தலையைத் தட்ட, ‘இரு அடிக்காதே! இல்லி பாப்பா மகு’ என்றார். பயத்துடன் சிறுவன் ஒரு அடி முன் வந்து ‘எல்லா நம் தந்தே சார்!’ என்றான்.

‘ஸ்டேட் பஸ் ஸ்டாண்டில் ரெண்டு பேரையும் புடிச்சேன் சார். தோளில் துண்டு பாருங்க? எதுக்கு அப்பன் சொல்லிக் கொடுத்திருக்கான்? துண்டை சூட்கேஸ்மேல ஒண்ணும் தெரியாத மாதிரி போட்டு மூடிட்டுப் போயிடறாங்க. பின்னாலயே அப்பன் வந்து அழுக்குத்துணி மூடியிருக்க சூட்கேஸைத் தன்னுது மாதிரி எடுத்துட்டுப் போயிடறான் சார். சரியான ட்ரிக் சார். ஒரு ஆள் அஞ்சாயிரம் இழக்க இருந்தார். கப்புனு புடிச்சுட்டேன்.’

நவநீத்குமார் அந்தக் குழந்தைகளைப் பார்த்தார்.

‘எல்லாம் நம் தந்தே சார்!’ என்றனர் இருவரும்.

‘அவன் பொட்டியைப் போட்டுட்டு ஒரே ஓட்டம் ஓடிட்டான் சார்.’

‘உங்க அப்பா எங்கே தெரியுமா?’

‘அவர் இந்நேரம் ஊருக்குப் போயிருப்பார் சார்!’

‘எந்த ஊர்?’

‘மாலூர் சார்.’

பிள்ளைகளைப் புறக்கணித்துவிட்டு, அப்பன் ஊருக்குப் போயிட்டான். இருவரையும் மறுபடி நிதானமாகப் பார்த்தார். ஆறு, ஏழு வயசு! இந்த வயசிலேயே குற்றப் பாதையில் அரங்கேற்றம். இந்தப் பையன் அடுத்து சைக்கிள் திருடப் பழக்கப்படுவான். அதன்பின் பாக்கெட் அடிக்க. அடுத்து திருட! அந்தப் பெண்? சோப்பு தேய்த்துத் தலை சீவிக் குளிப்பாட்டி டிரஸ் மாற்றினால் ஹோலி ஏஞ்சல்ஸ் போகும் அழகான மலர் போல இருக்கும் பெண்களில் ஒருத்திபோலத்தான் மாறிவிடுவாள். எண்ணெய்

காணாத பரட்டைத் தலை. மார்பில் ஒரே ஒரு சேப்டி பின். பதின்மூன்று வயசுக்குள் இந்தப் பெண் பங்களூரின் நிழல் சந்துகளுக்கு வந்துவிடுவாள். மைதீட்டி மல்லிகை சூடி!

இவர்களை ஸ்டேஷனில் நிறுத்தி வைத்துக்கொண்டு மத்தி யானம் கான்ஸ்டபிள்களுடன் மாலூருக்கு அனுப்பி அப்பனை அடையாளம் காட்டச் சொல்லி அவனைக் கைது செய்து கொண்டு வரவேண்டும்... இவை என் குழந்தைகளே இல்லை என்று சாதிப்பான். அடிக்காவிட்டால் இருபத்து நாலு மணி நேரத்தில் உண்மை வராது. அடித்தால், போலீஸ் அராஜகம் என்று உயரமான செய்தித்தாள்கள்.

'சார், எஜமானரே, பசிக்குது!' என்றான் பையன்.

'எங்களை எப்படியாவது ஊர்ல கொண்டு விட்டுடுங்க.'

குமார் தன் பையிலிருந்து ரூபாய் எடுத்து கான்ஸ்டபிளிடம் கொடுத்து, 'ஒரு பிஸ்கட் பாக்கெட் வாங்கிக் கொடு' என்றார்.

குழந்தைகள் போலீஸ் நிலையத்து முற்றத்தில் சந்தோஷமாக விளையாடச் சென்றன.

நவநீத்குமாரின் தினம் தொடங்கியது.

இந்தப் போலீஸ் நிலையத்துக்கு அடிக்கடி வரப்போகிறோம். அதற்குமுன் சுனிலைச் சந்தித்து விடலாம்.

சாந்திநகரில் நவீன பங்களா. அதன் வாசலில் இரண்டு கார் நிற்கின்றன. தோட்டக்காரன் பிளாஸ்டிக் பைப்பில் நீர் பீய்ச்சிக் கொண்டிருக்கிறான். பச்சைப் புல் படுக்கையில் பாட்மிண்டன் விளையாட இடம். வேலியில் சீராகக் கத்தரிக்கப்பட்ட செடிகள். ரத்த நிறத்திலும் வெண் மஞ்சள் நிறத்திலும் ராஜ ரோஜாக்கள். மாமரங்களில் கன்னம் சற்றே சிவந்த கனிகள். அமைதி.

சுனில் அந்த வீட்டின் ஹாலில் ஒரு டிரஸ்ஸிங் கவுன் அணிந்து டெலிபோன் அருகே இருக்கும் டைரக்டரியை உன்னிப்பாகப் பார்த்துக்கொண்டிருந்தான். அவனுக்கு, பதினெட்டு வயதுக்கு முகத்தில் ரோம அடர்த்தி போதாது. சிகரெட் பழக்கத்தினால் உதடுகளில் கருஞ்சிவப்பு இருந்தது. நீண்ட முகம். பிரிபிரியாகத் தலைமயிர். ஒல்லி என்றால் அப்படி ஒரு ஒல்லி. நீண்ட விரல் களின் நுனியில் நகச்சாயம் பூசியிருந்தான். ஒருமுறை திருட்டுத்

தனமாகத் தோள் பக்கம் பார்த்தான். அவசரமாக சிகரெட்டைக் கொன்றுவிட்டு, புகையை விரட்ட மின் விசிறியைப் போட்டான். கடிகாரம் பார்த்தான். அம்மா எழுந்திருக்க இன்னும் நேரமிருக்கிறது. அப்பா ஊரில் இல்லை. மறுபடி அவன் கவனம் டெலிபோன் டைரக்டரியில் சென்றது.

ப்ரேம மந்திரா. ம்ஹூம், கோயிலோ என்னவோ?

ப்ரேமா நாயக். ம்ஹூம் இது வயசான கேஸாக இருக்கும்.

ப்ரேமா டாக்டர் ஆர். டாக்டர் வேண்டாம்.

ப்ரேமலதா எஸ்.என். ம்! இண்டரஸ்டிங் பார்க்கலாம்!

என்ன நம்பர், 28397.

டயல் செய்யும்போது அந்தப் பெயரை மறுபடி உச்சரித்தான்.

ப்ரேமா - காதல்; லதா - கொடி! காதல் கொடி! எக்ஸைட்டிங். அவனுள் அந்த உஷ்ணம் புறப்பட்டது. சுற்றுமுற்றும் மறுபடி பார்த்தான். தனி...

'கிர்ரிங்! கிர்ரிங்' அடிக்கிறது.

'ஹலோ!' இனிமையான, குழந்தைத்தனமான பெண் குரல். அந்த உஷ்ணம் இப்போது ஜுரமாகி அவன் காது நுனி சிவந்தது.

'ப்ரேமலதா?' என்று கேட்டான்.

'எஸ், ப்ளீஸ்!'

'ப்ரேமலதா! உன் ஜாக்கெட்டைக் கழற்றி இடுப்பில் உன் உடைகளை விடுவித்து...'

'டக்!' என்று வெட்டப்பட்டு விட்டது.

சுனில் டெலிபோனை வைத்தபோது அவன் கை வியர்த்து நடுங்கியது. கடிகாரத்தைப் பார்த்தான், உடனே வேண்டாம். இன்னும் ஒரு மணி நேரத்தில்... என்ன வசீகரமான குரல்! மறுபடி போன் செய்யவேண்டும்.

என்ன நம்பர், 28397...

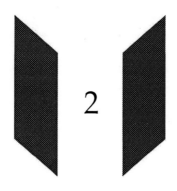

2

சாந்தி நகரிலிருந்து காந்தி நகர். சுபேதார் சத்திரம்
ரோட்டுக்கு இணையாக கபாலி தியேட்டரின் பின்
புறத்தில் அமைதியான தெருக்கள் சில ஒளிந்து
கொண்டிருக்கின்றன. ஏராளமான பிலிம் டிஸ்ட்ரி
பியூட்டர்களின் அலுவலகங்கள் இருக்கும் பகுதி.
அதில் ஒரு குறுக்குத் தெரு. அங்கே ஒரு வீட்டு
மாடியில் ப்ரேமலதா, டெலிபோன் வந்தபோது, அது
(பிக்சர் விஷயமாக மைசூர் சென்றிருக்கும்) தன்
கணவனாக இருக்கும் என்று எதிர்பார்த்து உற்சாகத்
துடன் எடுத்துக் கேட்டாள். கேட்ட விஷயத்தில்
அதிர்ந்து போனாள்.

அன்னியக்குரல், சற்று இளமையான ஆண்பிள்ளைக்
குரல். பேசும்போதே துகிலுரித்த, காம இச்சை நனைந்த
குரல். பட்டென்று வைத்துவிட்டாள். அவள் கைவிரல்
கள் நடுங்கின. என்ன விபரீதம்! யார் அது? பாழாய்ப்
போன டெலிபோனை என் பெயரில் ஏன் வாங்கித்
தொலைத்தார்? ஆபீஸ் டெலிபோன் அவர் பெயரில்
இருந்தால் என்ன? டைரக்டரியில் விலாசம் இருக்
கிறது. அவன் எனக்காக வரப்போகிறான். வந்து
கொண்டிருக்கிறான். கதவு மூடியிருக்கிறது. ஜன்னலை
யும் சார்த்தி விடலாம். சார்த்தும்போது அதன் கண்ணாடி
யில், தான் ஹவுஸ் கோட்டில் தெரிந்ததை உணர்ந்து
கைகட்டி மார்பை மூடிக்கொண்டாள். நகத்தைக்
கடித்துச் சேதப்படுத்தினாள்.

'ர்ர்ர்ரிங்' என்று கூப்பிட்டது. வாசல் மணி. அவன்தான்! அவன் தான்!

'யாரு?' என்றாள் சன்னமான குரலில்.

'ரேப்பர்.'

இல்லையில்லை. பேப்பர்! சே! கவலைப்படாதே, தைரியமாக இரு. இது காலை வேளை. பகல் வெளிச்சம் இருக்கிறது. பக்கத்து எதிர்வீடுகளில் எல்லோரும் விழித்திருக்கிறார்கள். மெதுவாக வாசல் கதவைத் திறந்து செய்தித்தாளை உள்ளுக்குள் இழுத்துக்கொண்டாள். பிரித்தாள்.

Walkout over
Bandra rape incidents

செய்தித்தாளை விசிறி எறிந்தாள். இந்து இன்னும் எழுந்திருக்க வில்லை. அவளைப் பள்ளிக்கு அழைத்துச் செல்ல வேண்டும். இந்நேரம் என்னை நோக்கி வந்துகொண்டிருப்பான்.

உன் ஜாக்கெட்டைக் கழற்றி...

சே அனாவசிய பீதி. எதற்காகப் பயப்படவேண்டும்? இல்லை, இல்லை, எதற்கும் கணவனுக்கு டெலிபோன் செய்துவிடலாம்.

0823-23933

எத்தனை இலக்கங்கள் எஸ்.டி.டி! தடுக்கித் தடுக்கி விரல் வலிக்க எட்டு தடவை முயன்றபின் கிடைத்த மறுமுனை க்ரிங்-க்ரிங். முதல்முறை உற்சாகப்பட்டாள். உடனே அடுத்த பஸ்ஸில் புறப்பட்டு வரச்சொல்லிவிடலாம்.

'குட்மார்னிங்! இந்திர பவன்.'

'மிஸ்டர் பரமானந்த் ப்ளீஸ். நேற்று பங்களூரிலிருந்து வந்திருக் கிறார். அங்கு தங்கியிருக்கிறார். நான் பங்களூரிலிருந்து பேசு கிறேன்.'

'ஒன் மினிட், ரிசப்ஷனுக்குப் போடுகிறேன்.'

குட்மார்னிங் ரிசப்ஷன். மறுபடி பரமானந்த். மறுபடி ஒன் மினிட்...

'ரூம் நம்பர் 302-ல் இருக்கிறார். ஐ வில் கனெக்ட் யூ!' மைசூரில் அந்த அறையில் மறுபடி டெலிபோன் ஒலிக்கும் சப்தம் இங்கே கேட்கிறது.

'ஸாரி, நோ ரெஸ்பான்ஸ்!'

'ஹி மஸ்ட் பி தேர்!'

'ஹி இஸ் நாட் தேர் மேடம், எனி மெஸேஜ்?'

'அவர் மனைவி பங்களூரிலிருந்து டெலிபோன் செய்ததாகவும், வந்தவுடன் டெலிபோன் செய்யவும் சொல்லவும்.'

'ஷ்யூர் மேடம்.'

டெலிபோனை வைத்துவிட்டு யோசித்தாள். அதிகாலையில் எங்கே போய்விட்டார்? தூங்குகிறாரா?' இந்து இன்று பள்ளிக்குச் செல்லவேண்டாம். அவன் வெளியே இருந்து பார்த்துக்கொண்டிருப்பான்.

அடுத்த அறைக்குச் சென்று தன் ஏழு வயது மகளைப் பார்த்தாள். விரல் போட்டுக்கொண்டு ஸ்கூல் கவலை இன்றி சுருட்டிக் கொண்டு படுத்திருந்தாள். மறுபடி படுக்கையை நனைத்திருக் கிறாள். டாக்டரிடம் சொல்லவேண்டும். அவர் வரட்டும். முதலில் அவர் போன் வரட்டும். ஹாலுக்கு வந்து ஜன்னல் கண்ணாடி வழியாக எட்டிப் பார்த்தாள். எதிர் வீட்டு கராஜ் நிழலில் ஒருத்தன் பீடி குடித்துக்கொண்டிருந்தான். இவன்தானா? சேச்சே! பயப்படாதே...

டெலிபோனைப் பார்த்தாள். எங்கிருந்துதான் டெலிபோன்காரர் களுக்கு இந்தக் கருப்பு நிறம் கிடைக்கிறதோ!

பல் தேய்த்து, பால் காய்ச்சி, இன்ஸ்டன்ட் காப்பி தயாரித்து ரேடியோ போட்டு சற்று நேரம் கேட்டாள் ...

தூங்கித்தான் போயிருப்பார். இன்னேரம் எழுந்திருப்பார். அவர்கள் தகவல் தெரிவிப்பார்கள். உடனே எனக்கு டயல் செய்வார். இதோ இதோ...

அவள் விருப்பத்தை உணர்ந்ததுபோல் டெலிபோன் மணி அடித்தது. அவர்தான்.

ஓடிப்போய் எடுத்து 'ஹலோ' என்றாள்.

'ப்ரேம...லதா ஹஹஹ! தனியா இருக்கியா? நான்தான் பேசறேன். வரப்போறேன். வந்து அப்படியே உன்னைப் படுக்கையில் சரிச்சு மாரைப் பிடிச்சு...'

படக்கென்று வைத்துவிட்டாள். அதே குரல்! அவனேதான் மறுபடியும். ப்ரேமலதா செய்வதறியாமல் கதிகலங்கி நின்றாள். உடனே டெலிபோன் அடித்தது. எடுக்காதே! எடுக்காதே! அவன்தான் மறுபடியும்.

எடு எடு. இது மைசூர் கால், உன் கணவர் அழைக்கிறார்.

வேண்டாம் அவன்தான்... அடிக்கட்டும். தொடாதே. அந்தக் கறுப்புப் பிசாசைத் தொடாதே!

பிடிவாதமாக ஒலித்தது. ஒவ்வொரு முறையும் அதன் சுருதி அதிகமாகி, அதன் மணி நாக்கு அவள் மூளைக்குள் டிர்ரிங் டிர்ரிங் என்ற நிரட...

எடுத்து காதில் வைத்தாள்.

'டெலிபோனைத் திருப்பி வெச்சுட்டா எங்கிட்டேயிருந்து தப்பிச்சுட முடியுமா? யு ப்ளடி பிட்ச்! இதோ வர்றேன்!'

'ப்ரேமலதா டெலிபோன் ரிசீவரைத் தூக்கி எறிய அது மேஜையிலிருந்து தொங்கி ஊசலாடியது.

மறுமுனையில் சுனில் டெலிபோனை வைத்துவிட்டு சிரித்துக் கொண்டான். மணி பார்த்தான். இன்னும் ஒரு மணியில் வேறு டெலிபோனிலிருந்து இதே நம்பருக்கு டெலிபோன் செய்ய வேண்டும். ப்ரேமலதா... எப்படி இருப்பாள்? உயரமா, குள்ளமா? குரல் நன்றாகத்தான் இருக்கிறது. எவ்வளவு வயசு? எவள்? எவளாயிருந்தால் என்ன? அது தெரியாததால்தான் த்ரில்! இன்று மாலைக்குள் அவளைக் குப்பையாக்கிவிட வேண்டும். நரம்புகளைப் பின்ன வைக்கவேண்டும் அவற்றை ரப்பராக இழுத்து 'டொய்ங்' என்று ஒவ்வொரு முறையும் நிரட வேண்டும். ஒவ்வொரு மணி நேரமும்!

'யாருக்குடா கண்ணு டெலிபோன்?' என்று அம்மாவின் குரல் முதுகில் கேட்டது.

'சும்மா, ஒரு ஃப்ரெண்டுக்கு மம்மி.'

'இத்தனை சீக்கிரம் எழுந்துட்டியாடா என் சர்க்கரைக்குட்டி!' என்று அவன் அருகில் வந்து அவன் கன்னத்தில் முத்தம் கொடுத்தாள். ம்ம்...ம்ம்...ப்ச்!

'ஸ்வெட்டர் போட்டுக்க ராஜா, வெதர் நல்லால்ல பாரு.'

'ஐ'ம் ஆல்ரைட் மம்மி' என்று தன்னை அவளிடமிருந்து பிடுங்கிக் கொண்டான்.

'இன்னிக்கு காலேஜ் போகப் போறியா?'

'ம்.'

'வீட்டில இருந்துடேன். டாடிகூட இல்லை. மம்மி தனியா இருக்கலாமா?'

'எனக்கு வேலை இருக்கு.'

'காலேஜ் போறதா இருந்தா மோட்டார் சைக்கிள்ல போக வேண்டாம் கண்ணு. மம்மிக்கு ரொம்பப் பயமா இருக்கு... கார்ல போ!' சுனிலின் தலைமயிரைக் கோதிவிட்டாள் அந்தத் தாய். சிகரெட் பிடிச்சியா?'

'ஆமாம். ஒண்ணு.'

'காப்பி சாப்ட்டியா?'

'ஆச்சு.'

மறுபடி கன்னத்தில் முத்தமிட, சுனில் விலகிக்கொண்டு, 'மம்மி, ஐம் நாட் எ சைல்ட்!' என்றான்.

'எனக்கு நீ இன்னும் குழந்தைதான் சுனில். அஞ்சு வயசுவரைக்கும் என்கிட்ட பால் சாப்பிட்டிருக்கே.'

'டூ ஆல் தட் டு டாடி!' என்றான் வெறுப்புடன்.

'அவள் ரசித்துச் சிரித்து, 'அவரும் என் குழந்தைதான் கண்ணு' என்றாள்.

'எனக்குப் பணம் வேணும்.'

‘பீரோவைத் திறந்து எடுத்துக்கடா’ என்று சாவிக் கொத்தைக் கொடுத்தாள். சுனில் படுக்கை அறைக்குச் சென்றான். ஏசி சற்றுக் குளிராக இருந்தது. அம்மாவின் சகல உடைகளும் போர்க்களம் போல இருந்தது. டிரஸ்ஸிங் டேபிள் நிரம்பி வழிந்தது. கட்டில் அருகே மேல்நாட்டுப் பத்திரிகைகள், சுவரில் பெரியதாக அம்மாவின் பதினெட்டு வயசு போட்டோ.

அலமாரியைத் திறந்து பத்துப் பதினைந்து ரூபாய் எடுத்துக் கொள்ள இருந்தவன் நூறு ரூபாய் நோட்டுக்களைப் பார்த்தான். நாலைந்து சேகரித்துக்கொண்டான். ஓரத்தில் ஒரு நீல நிற காகிதக் கட்டு ரப்பர் பாண்டு சுற்றப்பட்டு இருந்தது. அதில் ஒரு கடிதத்தை மூலை பிரித்துப் பார்த்தான். என் இனிய தேவதையே...

பீரோவைப் பூட்டிவிட்டு படுக்கையில் சாவிக்கொத்தை எறிந்து விட்டு அறையைவிட்டு வெளியே வந்தான். இன்று தாதாவைச் சந்திக்கலாம். இருநூறு ரூபாய்க்கு மால் கிடைக்கும். அதன் புகை மார்புக்குள் கவிழ்ந்து சுழல நைலான் கனவுகளில் தோய்த்து கவிதை எழுதலாம். தாத்தாவின் போதனைகளில் சிந்தனை செலுத்தலாம்.

> What is a rebel? A man who says no. A slave who has taken orders all his life suddenly decides that he cannot obey some new commands...

சுனில் விண்ட்சீட்டர் அணிந்துகொண்டு ஷெட்டுக்கு வந்து தன் ஹோண்டாவை உதைத்தான். க்ஷண காலத்தில் உயிர் பெற்று பர்ர்ரியது. நீலத்திலும் க்ரோமியம் பளபளப்பிலும் காலை வெயிலில் ஜொலித்தது. அதன் வயிற்றில் LOVE CHILD என்று ஸ்டிக்கர் ஒட்டியிருந்தது. சுனில் அதில் ஆரோகணித்து ஒருமுறை கிளம்பும்போது அந்த மோட்டார் சைக்கிள் அவன் உடம்பின் ஒரு அங்கமாகி மணிக்கட்டில் புதிய சக்தி ஏற்பட்டு குபுக் என்று பொங்க, புறப்பட்டு கேட்டைத் தாண்டுவதற்குள் அறுபது கிலோமீட்டரைத் தொட்டான்.

காலை பத்தரை மணிக்கு ஆறுமுகம் ஹோட்டல் சந்திலிருந்து வெளிப்பட்டு சிக்பேட்டையின் சிக்கலான தெருக்களின் ஹோல் சேல் வியாபாரத்தின் ஊடே நடந்தான். துணி, ஸ்டேஷனரி, எலக்ட்ரிக் சாதனங்கள், சைக்கிள்கள், மிட்டாய் நகைகள் ... ம்ஹூம், எல்லாம் சின்ன பார்ட்டி. ஆறுமுகத்துக்குக் கூட்டம்

பிடிக்கும். ஜனத்திரள்தான் அவனுக்குக் கிடைக்கும் இயற்கை யான திரை. நகரத்தின் குரல் சதா கார் ஹாரன்களாக, ஆட்டோ ரிக்ஷாக்களாக, டங்டங் என்று வேர்க்கடலை வண்டியில் தட்டப் படும் சப்தங்களாக ஒலிக்க... மாதிரிக்கு ஒரு மேகமும் இல்லாத நீல வானம்.

மெஜஸ்டிக் அருகில் நடக்கையில் ஒருமுறை போலீஸ் நிலை யத்தைப் பார்த்துவிட்டு சற்று விரைவாக நடந்தான். கே.ஜி. ரோட்டின் ஜனக்கூட்டத்தில் தன்னைக் கரைத்துக் கொண்டான். திபெத்தியப் பெண்கள் ஸ்வெட்டர் விற்றுக் கொண்டிருந்தார்கள். ஜனதா பஜார் அப்போதுதான் திறந்திருந்தது. தந்தி ஆபீஸ், சாகர் தியேட்டர் எல்லாம் பரிச்சயமான பிரதேசம். ஆறுமுகத்தின் குற்ற அத்தியாயங்கள் ஒவ்வொன்றாக அந்தப் பிரதேசத்தில்தான் உருவாகி இருக்கின்றன. பாக்கெட் அடித்தது... திருட்டு டிக் கெட்டு விற்றது... அதல் பதல் ஆடியது... கூட்டிக் கொடுத்தது... அப்புறம் தண்டபாணியிடம் உபதேசம் பெற்றது.

இது என்ன புதுசாக இருக்கிறது? ராம்லால் ஜுவல்லர்ஸ்... பார்க்கலாம்.

அந்தக் கடையில் நுழைந்தான். ஏர்கண்டிஷன் செய்யப்பட்டு ஆரம்பத்திலேயே தராசின் அருகில் ஒரு வடக்கத்தி குல்லாய் வீற்றிருக்க, அவன் பின் சீரடி சாயிபாபா, அலமாரி பூரா வெள்ளி தினுசுகள், கண்ணாடி பெட்டிக்குள் தங்கநகைகள், வைரம் அதிகமில்லை.

'எஸ் சார்!'

ஆறுமுகம் அவனை நேராகப் பார்க்காமல் பெட்டிக்குள் பார்த்துக்கொண்டு 'ஒரு வைர மோதிரம்' என்றான்.

'ஆர்டர் கொடுக்கிறீர்களா?'

'இல்லை, இப்பவே வேணும்... தயாராக இருக்கிறதா?' இருக் காது தெரியும்.

'ஸாரி சார்.'

'பரவாயில்லை. கடையை விட்டு வெளியே வந்துவிட்டான். மொத்தக் கடையே இரண்டு மூன்று லட்சத்துக்கு மேல் பெயராது. நிறைய பதினான்கு காரட். நிறைய வெள்ளி. ம்ஹூம் போதாது.

ஆறுமுகம் அவசரப்படாமல் நடந்தான்... மைசூர் பாங்க் சர்க்கிள் எல்லாம் மாய்ந்துபோய் டிராஃபிக் விளக்கு வைத்துவிட்டார்கள். கோயில் பக்கம் கடந்து, பூட்டியிருந்த அனுமாரை வணங்கி விட்டு எதிரே நோக்கினான்.

நிதானம், நிதானம், அவசரமே இல்லை.

இன்ஃபண்டரி ரோட்டில் போலீஸ் கமிஷனர் அலுவலகத்தின் வாசலில் ஒரு டிராஃபிக் கான்ஸ்டபிள், வட்டத்தில் நின்று கொண்டு போக்குவரத்தைக் கட்டுப்படுத்த, நீல நிற அம்பாஸடர் கார் அதன் ரேடியோ தொடர்பு ஏரியல் மெலிதாக அசைய அசைய, அலுவலகத்துக்குள் திரும்ப, பார்த்தவர்கள் எல்லோரும் அதனுள் இருப்பவருக்கு நின்று சல்யூட் அடிக்க, அந்த காம் பவுண்டுக்குள் பின்புறத்தில் இருந்த ஒரு அறை வாசலில் கார் நிற்க, உடனே டிரைவர் இறங்கித் திறக்க, உதவி கமிஷனர் பிரபாகர் ராவ் வெளிப்பட்டுத் தன் அறைக்குள் சென்று அமர்ந்தார். இணைப்பு அறையில் இருந்து அலுவலக உதவி யாளர் வெளிப்பட்டு ஒரு சீட்டை அவரிடம் நீட்டி, 'இந்த அம்மாள் மூன்று தடவை டெலிபோன் செய்துட்டாங்க சார்!' என்றான்.

பிரபாகர் ராவ் அந்தச் சீட்டைப் பார்த்தார்.

'28397.'

'சரி, இந்த நம்பர் கொஞ்சம் போடுங்க' என்றார்.

'நீங்க பண்ண வேண்டாம். நானே பத்து நிமிஷம் கழிச்சு கூப்பிடறேன்னாங்க.'

'சரி...'

டெலிபோன் மணி அடிக்க அதை உதவியாளர் எடுத்துக்கொண்டு 'அவங்கதான் சார்!' என்றான்.

உதவி கமிஷனர் அதை வாங்கி 'பிரபாகர் ராவ்!' என்றார். 'சார்! என் பெயர் ப்ரேமலதா... ப்ளீஸ் ஹெல்ப் மீ!' தொடர்ந்து அந்தப் பெண் விக்கி அழும் சப்தம் கேட்டது.

3

பிரபாகர் ராவ் அந்தப் பெண் டெலிபோனில் அழுது முடிக்கக் காத்திருந்தார். ஒருவழியாக விசும்பல் களைக் கட்டுப்படுத்திக் கொண்டு, 'காலையில் இருந்து... எட்டு தடவை போன் செய்துட்டான் சார்' என்றாள்.

'யாரம்மா? கொஞ்சம் அழாம நிதானமாச் சொல்லுங்க.'

'ஒரு இளைஞன் மாதிரி தெரியுது குரல்.'

'என்ன பேசறான்!'

'ரொம்ப அசிங்கமான வார்த்தைகள். நினைச்சுப் பார்க்கவே உடம்பெல்லாம் கூசும் வார்த்தைகள்!'

'கன்னடத்திலயா?'

'இல்லை இங்கிலீஷ்..... எனக்காக வரப்போறானாம். என்னை என்னவோ செய்யப் போறானாம். இதோ வரேன், இதோ வரேன்னு ஒவ்வொரு முறையும் சிரிக்கிறான் சார். நான் தனியா இருக்கேன். என் கணவர் ஊர்ல இல்லை. வெளியே கதவைத் திறக்க பயமா இருக்கு... உடம்பு துடிக்கிறது. என்னைக் காப் பாத்துங்க சார்!'

'அட்ரஸ் சொல்லுங்க.'

'21, மூன்றாவது குறுக்குத் தெரு, காந்தி நகர், மிஸஸ் ப்ரேமலதா பரமானந்த்!'

'பயப்படாதீங்க! ஒரு போலீஸ் ஆபீசரை அனுப்பி வைக்கிறேன்.'

'என்னைத் தாக்க வரப்போறேன்னு...'

'வரமாட்டான்....சும்மாப் பேசுவான். கவலைப்படாதீங்க... வீ வில் கெட் த பாஸ்டர்ட்.'

'தாங்க் யு சார்.'

டெலிபோனை வைத்ததும் உதவியாளரிடமும் இண்டர்காமில் 'உப்பார்பேட் சர்க்கிள் இன்ஸ்பெக்டரைக் கொஞ்சம் கூப்பிடுங்க.'

மேஜைமேல் அவருக்கு வந்த பல கடிதங்கள் இருந்தன. ஒவ் வொன்றாகப் பார்த்தார். மிரட்டல், பாராட்டு, அலுவல், அழைப்பு... பிரபாகர் ராவுக்கு முப்பத்தாறு வயதிருக்கும். ஐ.பி.எஸ். பரீட்சை மூலம் ஏ.எஸ்.பி.யாகச் சேர்ந்து மாநிலத்தின் எல்லா ஜில்லாக்களையும் பார்த்து ப்ரமோஷன் ஆகி பங்களூரின் உதவி கமிஷனராக இரண்டு வருஷமாக இருப்பவர். எத்த னையோ குற்றங்களைப் பார்த்தவர். பட்டியல் முடிந்து விட்டது என்று எண்ணியிருந்தார். இதோ ஒரு புதிய வகைக் குற்றம். ஏதோ ஒரு எண்ணைத் தேர்ந்தெடுத்து ஏதோ ஒரு பெண்ணிடம் ஆபாசம் பேசுவதில் சந்தோஷம் பெறும் இளைஞன். கடிதங்களில் ஒன்று அவர் கவனத்தை ஈர்த்தது.

பங்களூர்
10.03.80

திரு. பிரபாகர் ராவ்,
உதவி போலீஸ் கமிஷனர்,
இன்•ஃபண்ட்ரி ரோடு,
பங்களூர்-1.

ஐயா,

நான் ஒரு இருபது வயதுப் பெண் (பிறந்த தேதி 13-2-1960). நான் ஒரு பையனைக் காதலித்து வருகிறேன் (ப்ரஸன்னா). சென்ற ஒரு வருட காலமாக என் பெற்றோர்கள் எங்கள்

கல்யாணத்தை எதிர்க்கிறார்கள். என்னை வீட்டிலேயே பலவந்தமாக வைத்திருக்கிறார்கள். வீட்டை விட்டு வெளியேறி நான் அவனைக் கல்யாணம் செய்துகொண்டால் அவர்கள் இருவரும் தற்கொலை செய்துகொண்டு விடுவோம் என்று பயமுறுத்துகிறார்கள். திருமணம் என்பது ஒரு பாவமா? நான் அவனைக் காதலிக்கிறேன். இது ஒன்றும் தாற்காலிக மோகம் அல்ல. நான் அவனை மணக்க விரும்புகிறேன். என்னை என் வீட்டிலிருந்து விடுதலை செய்யுமாறு கேட்டுக்கொள்கிறேன். உங்களைப் பற்றி நான் நிறையக் கேள்விப்பட்டிருக்கிறேன். எனக்கு உதவி செய்வீர்கள் என நம்புகிறேன்.

உங்கள் உண்மையான
ரேகா அகர்வால்
77, நந்தி துர்கா ரோடு,
டெலி: 576951

பிரபாகர் ராவ் புன்னகைத்தார். ஒரு இளைஞன் டெலிபோன் செய்ய அனுமதிக்கப்படுகிறான். ஒரு பெண் அனுமதிக்கப்படுவதில்லை. பஸ்ஸர் ஒலித்தது.

'எஸ்?'

'உப்பார்பேட் பி.எஸ். சார்.'

'ஹலோ பிரபாகர் ராவ் பேசறேன். யார் அது?'

'இன்ஸ்பெக்டர் நவநீத்குமார் சார். குட் ஈவினிங் சார்.'

'நவநீத்குமார், செங்கப்பா இல்லையா?'

'ரவுண்ட்ஸ் போயிருக்கார் சார். ரேடியோவில் கூப்பிடச் சொல்லட்டுமா?'

'வேண்டாம் நவநீத், ஒரு காரியம் செய்யுங்கள். ஜீப் எடுத்துக்கொண்டு காந்தி நகர்ல 21, மூன்றாவது குறுக்குத் தெருவுக்குப் போய் மிஸஸ் ப்ரேமலதா பரமானந்துனு ஒரு அம்மா தனியா இருக்காங்க. அப்நாக்சியஸ் கால்ஸ் வருதாம். பயந்து போயிருக்காங்க. கொஞ்சம் பேசிட்டு தைரியம் சொல்லிட்டு வாங்க! அரைமணி கூட இருந்து பாருங்க. மற்றொரு கால் வர்றதா பாருங்க. வந்தா ட்ரேஸ் பண்றது எப்படின்னு தெரியுமா?'

'எஸ் சார். டெலிபோன் டிபார்ட்மெண்டில் சொல்லி...!'

'அதெல்லாம் அவ்வளவு சுலபமில்லை. ட்ரை பண்ணிப் பாருங்க.'

'சார், நான் அவனை நிச்சயம் கண்டுபிடிக்கிறேன் சார்.'

'ஆல்ரைட்! அப்புறம் எனக்குத் தகவல் சொல்லுங்க' நவநீத் குமாரின் குரலில் தெரிந்த ஆர்வமும், கடமை உணர்ச்சியும் மரியாதையும் உதவி கமிஷனருக்குத் திருப்தி அளித்தன. பார்க்கலாம். தனியாக விட்டுப்பார்க்கலாம்.

ஆறுமுகம் அந்தக் கடைக்குள் நுழைந்தபோது பிரமித்துப் போனான். அடேயப்பா இந்த இடம்தான்! இதுதான்... வரிசை வரிசையாக தங்க நகைப் பெட்டிகள்! வெல்வெட் மெத்தை மேல் சின்னச் சின்ன வைரக் கற்கள். மாடியும் கீழுமாக பெரிய கடை. வியாபாரம் சுறுசுறுப்பாக நடந்துகொண்டிருந்தது. நடுத்தர வயசு ஜரிகை அம்மாக்கள் தத்தம் தங்க நகைகளை எட்டாவது முறை அழித்துப் பண்ண வந்திருக்கிறார்கள். ஒரு கணவன் தன் மனைவிக்கு மோதிரம் போட்டு, முகத்தைப் பார்த்துக் கொண் டிருந்தான். சேட்டுப் பையன் கால்குலேட்டரில் விளையாடிக் கொண்டிருந்தான். கேஷியர் ஸ்ரீசூர்ணம் அணிந்திருந்தார். ஸ்தாபிதம் 1897 என்றது. சிறிய போர்டு. பெரிய கைகள்தான். இதுதான் நான் தேடும் இடம்.

ஆறுமுகம் வழக்கம்போல தலை நிமிராமல் பெட்டிக்குள் பார்த்துக்கொண்டு, 'ஒரு தங்க மோதிரம் வேண்டும்' என்றான்.

'எந்த மாதிரி டிசைன் சார்?'

'சும்மா ப்ளெயின் டிசைன் போதும். எனாமல்ல இனிஷியல் போட்டதா இருக்கணும்.'

'என்ன இனிஷியல் சார்?'

சட்டென்று எல்லா இனிஷியல் மோதிரங்களையும் கண்ணோட்டமிட்டு அவற்றில் இல்லாத 'கே' என்றான்.

அந்த சேல்ஸ்மேன் உள்ளே சென்று மேலும் மோதிரங்கள் கொண்டு வந்து அவற்றில் 'கே' பொறித்ததைத் தேர்ந்தெடுத்துக் கொடுத்தான். 'நம்ம கடையில இல்லாததே கிடையாதுங்க.'

ஆறுமுகம் சற்று திடுக்கிட்டு உடனே சமாளித்துக்கொண்டான். 'நீலக் கலர் வேண்டாங்க. இந்த எனாமல் அரக்கு கலர்ல இருந்தா நல்லது.'

'அட்வான்ஸ் குடுங்க. ஒரு நாள்ல செய்து வைக்கிறோம்.'

'உடனே வேணுமில்லே.'

'உடனே முடியாதுங்க, ஸாரி.'

'பரவாயில்லை, வேறு கடை பார்த்துக்கறேன்.'

ஆறுமுகம் ஒரு தடவைகூட கடைக்காரனை நிமிர்ந்து பார்க்க வில்லை. கடைவாசலுக்கு வரும்போது சட்டென்று அந்த அமைப்பைப் பார்வையிட்டான்.

ரோலிங் ஷட்டர். அதன் ஓரத்தில் தாழ்ப்பாள். க்ரீட்டுக்குள் பொதிந்த பூட்டு. அப்புறம் மூன்று தனித் தனிப் பூட்டுகள். ஷட்டருக்கும் உள்பக்கக் கண்ணாடிக் கதவுக்கும் இடையே ஒரு ஆள் நிற்கும் இடைவெளி இருக்குமா? உள் கதவில்கூடப் பூட்டுகள். கடைக்குள் இரும்புப் பெட்டி...வாசலில் கூர்க்கா, கோட்டைதான்.

ஆறுமுகத்துக்குச் சரியான சவால்.

இன்று இரவு முதல் ஆரம்பித்துவிட வேண்டும். ஒவ்வொன் றாக... வகை முறையாக!

'காலையில் இருந்து ஒவ்வொரு மணி நேரமும் போன் செய்றான் சார்!'

'ஆண் பிள்ளைக் குரல்.'

'ஆமாம்.'

'வயது எவ்வளவு மதிப்பீங்க?'

'இளைஞன்னுதான் சொல்லணும்.'

'ஏதாவது ஒரு வார்த்தையை திருப்பித் திருப்பி உபயோகப் படுத்தினானா?'

ப்ரேமலதா யோசித்து 'ஆமாம்' என்றாள்.

'என்ன வார்த்தை?'

'ஒரு அசிங்கமான வார்த்தை...'

'ஜெனிட்டல்ஸ்?'

'நோ!'

'ப்ரெஸ்ட்ஸ்.'

'எஸ்!' அவள் கண்கள் சரிந்தன.

'அடுத்த தடவை கால் வர்றபோது தாராளமாக எடுத்துக் கேளுங்க. என்கிட்ட கொடுங்க! என்ன?'

'சரி ட்ரேஸ் பண்ணிடுவீங்களா?'

'டெலிபோன் எக்ஸ்சேஞ்சில் கேட்டேன். ஒரே எக்ஸ்சேஞ்சுல முடியும்னு சொன்னாங்க. வேற எக்ஸ்சேஞ்சிலிருந்து வர்ற காலா இருந்தா சிரமம். பார்க்கலாம். முதல்ல அவன் கூப்பிடட்டும்.'

காத்திருந்தார்கள். நவநீத்குமார் அந்த அறையைச் சுற்றுமுற்றும் பார்த்தார். 'நீங்க சினிமாவில் சம்பந்தப்பட்டவங்களா?'

'ஆமாம். என் கணவர் ஃபிலிம் டிஸ்ட்ரிப்யூட்டர்.'

'உங்க முகம் பரிச்சயமானதா இருக்கு...'

'கல்யாணத்துக்கு முந்தி சினிமாவில் நடிச்சிருக்கேன். சின்னச் சின்ன ரோல்ஸ். கன்னடா மூவிஸ்!'

'இப்ப நடிக்கிறதில்லையா?'

'இல்லை. ஐ'ம் ஜஸ்ட் எ ஹவுஸ் ஒய்ஃப் நௌ.' அவளுடைய பெண் வந்து கழுத்தைக் கட்டிக் கொண்டு உட்கார்ந்தாள்.

'இவளை வளக்கறதுக்கே டயம் சரியாயிருக்கு! இந்து, இவர் யார் தெரியுமா?'

'போலீஸ் இன்ஸ்பெக்டர்!' என்றாள் அந்தப் பெண். தாய்-மகள் இருவரும் நல்ல சிவப்பு. கருநீல நிறத்தில் மெலிதான புடைவை அணிந்து அதிகம் அலங்காரமில்லாமல் இருந்தாள் ப்ரேமலதா. மெலிய உதடுகள். உடல் சற்றுப் பருமனாவதற்கு உரிய ஆரம்பங்கள். இருந்தும் உடம்பில் வசீகரம் இருந்தது.

'உங்ககிட்ட துப்பாக்கி இருக்கா?' என்றாள் இந்து.

'ம்!'

'திருடன் வந்தா சுட்டுடுங்க.'

'சரி!' என்றார் சிரித்து.

ப்ரேமலதா உள்ளே போய் டீ தயாரித்துக் கொண்டுவந்தாள். டெலிபோன் மௌனமாக இருந்தது.

'நீங்க வந்ததும் எனக்குத் தைரியம் வந்துடுத்து...'

'உங்க கணவர் எப்ப வருவார்?'

'காலைல இருந்து அவரை டெலிபோன்ல காண்டாக்ட் பண்ண முயற்சி செய்துக்கிட்டிருக்கேன்...'

டெலிபோன் அடித்தது.

'அவன்தான்' என்றாள்.

இந்து பாய்ந்து ஓடி அதை எடுக்க முயற்சித்ததைத் தடுத்து 'நீங்க எடுத்துப் பேசுங்க! பயப்படாதீங்க!' என்றார்.

தயக்கத்துடன் அதை எடுத்து, 'ஹலோ ப்ரேமலதா ஸ்பீக்கிங்' என்றாள். நவநீத்குமார் உடனே டெலிபோனை வாங்கிக் கொண்டார்.

'ப்ரேமலதா வீட்லதான் இருக்கியா? இரு! உடனே வர்றேன்! எல்லாத்தையும் அவுத்துப் போட்டுட்டுத் தயாரா இரு! அப்படியே உன்னை...'

இளைஞன்தான்... ஆங்கிலத்தில் கான்வென்ட் உச்சரிப்பு இருந் தது. அடுக்கடுக்காக அசிங்க வார்த்தைகள் நுட்பமாக அவளை,

அவன் செய்யவிரும்பும் சரசங்களை வகைவகையாக விவரிக்கும் வார்த்தைகள்... நவநீத்குமார் மௌனமாக கவனித்துக்கொண் டிருந்தார். உடனே அவனை ஒரு அதட்டு அதட்டி 'நிறுத்துடா பாஸ்டர்ட்!' என்று சொல்ல ஏற்பட்ட விருப்பத்தை அடக்கிக் கொண்டார். அப்படிச் செய்தால் அவன் டெலிபோன் செய்வதை நிறுத்தி விடுவான். இவனைப் பொறி வைத்துப் பிடிக்க வேண்டும். யோசித்துச் செயல்படவேண்டும். கமிஷனரிடம் சவாலாக அதை ஏற்றுக்கொண்டிருக்கிறார்... இவனைப் பிடிக்க வேண்டும்... அதற்கு ஒரு முறை... சட்டென்று டெலிபோனைப் பொத்தி அவள் கையில் கொடுத்து 'சொல்லுங்க! 'ஹலோ டார்லிங்'னு சொல்லிட்டு வெச்சிடுங்க சீக்கிரம்.'

அவள் தயங்க, 'ப்ளீஸ், அவனை ட்ரேஸ் பண்ணனும். சொல்லுங்க! நடிங்க! நீங்க நடிகைதானே?'

அவள் டெலிபோனை வாங்கி, 'ஹலோ டார்லிங்!' என்று சொன்னாள். உடனே வைத்துவிட்டாள்.

சுனில் சற்று ஆச்சரியப்பட்டான்! என்னடா இது! இதுவரை ஒரு வார்த்தை பேசாதவள் முதன் முறையாகப் பேசிவிட்டாள். அதுவும் ஹலோ டார்லிங். அதற்கு என்ன அர்த்தம்? அவளும் ஒருவேளை நம்ம டைப்போ? அப்படி என்றால் அவளைப் போய்ப் பார்க்கவேண்டும். அல்லது என்னைப் பிடிக்க ஒரு திட்டமாக இருக்குமோ? பார்க்கலாம்... மறுபடி போன் செய்து பார்க்கலாம்... அடுத்த முறை என்ன சொல்கிறாள் பார்க்கலாம்?

சுனில் கைக் கடிகாரத்தைப் பார்த்தான். 5:47:44 என்றது அந்த ஜப்பானிய ஆச்சரியம். சுனிலுக்கு மெலிதாகக் கை விரல்கள் நடுங்க ஆரம்பித்தன. அவன் உள்ளே ஏதோ ஒன்று 'மால்' என்று ஏங்க ஆரம்பித்தது. இப்போது அவன் இச்சையெல்லாம் அந்த ஒரு இழுப்புக்குத்தான் ஸ்திரப்பட்டது. மற்றதெல்லாம் மறந்து போய் அந்த ஏக்கம் உருண்டு திரண்டு மிகப் பெரியதாகி, 'ஓடு! அங்கே ஓடு!' என்று ஆணையிட்டது.

டெலிபோனுக்கு எண்பது பைசா கொடுத்துவிட்டு ஹோட்டலின் வாசலுக்கு வந்து தன் ஹோண்டாவின் மேல் பாய்ந்து வேகமாகப் புறப்பட்டான். கலாசிப்பாளையத்தில் மோட்டார் உதிரிபாகங்களும் டயர்களும் விற்கும் கடைசித் தெருவின் ஒரு சந்து வாசலில் தன் மோட்டார் சைக்கிளை நிறுத்தி சந்துக்குள்

விறுவிறுவென்று நடந்தான். மற்றொரு சந்தில் திரும்பி தாழ்வான ஒரு ஓட்டுக் கட்டடத்தின் வெளியே, பூட்டு போட்டிருந்த கதவைத் தட்டினான். சிறிய ஜன்னல் வழியாக ஒரு கரிய முகம் எட்டிப் பார்த்து உடனே சுனிலை அடையாளம் கண்டுகொண்டு, அவன் 'ஏய் திறடா!' என்று எதிரே வீற்றிருந்த பையனிடம் சாவியை எறிய, அவன் கதவைத் திறந்து சுனிலை உள்ளே அனுமதித்தான். மறுபடி பூட்டி சாவியை ஜன்னலுக்குள் கொடுத்தான்.

உள்ளே இருட்டு பழக சில வினாடிகள் ஆயிற்று. சிறிய அறையில் ஜன்னல்கள் அடைக்கப்பட்டு பகலிலும் இருள். தரையில் இருந்த இரண்டு மெழுகுவர்த்தி வெளிச்சங்கள்தான். சுனில் உட்கார்ந்தான். தரையில் ஆறுபேர் படுத்திருந்தார்கள்.

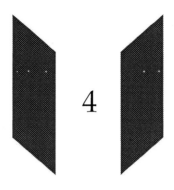

4

இருட்டில் நான்கு இரானியர்கள் படுத்திருந்தார்கள். வலது மூலையில் சேலத்து நெசவாளி ஒருத்தன் ஏதோ ஆயத்தங்கள் செய்துகொண்டிருக்க நடுவே ஒரு சிறுவன் தட்டுகளில் வெட்டின வெங்காயத்தையும் மற்ற சில மசாலா சாமான்களையும் சமைத்துக் கொண்டிருந்தான். திறந்த தம்ளர்களில் டீ திரவம். இரண்டு மெழுகுவர்த்திகள் எரிந்துகொண்டிருந்தன.

சுனில் வந்ததை எவரும் கவனிக்கவில்லை. ஒரு இரானியன் மட்டும் பச்சைக் கண்களால் நிமிர்ந்து பார்த்துவிட்டு மயக்க நினைவுகளைத் தொடர்ந்தான். சுனில் பையிலிருந்து ரூபாய் எடுத்துக் கொடுக்க, சிறுவன் எழுந்து அலமாரியில் மறைத்து வைக்கப் பட்டிருந்த பீங்கான் ஜாடியை எடுத்தான். அதில் பழுப்பு நிறத்தில் குழப்பமாக ஹஃபிம் இருந்தது.

ஹஃபிம், அபின், ஒப்பியம்... சுனிலுக்கு கை நடுக்கம் அதிகரித்தது. 'சீக்கிரம்' என்றான்.

பையன் திறமையான அந்தப் பசையில் கொஞ்சம் எடுத்து உருட்டி நெருப்பில் காய்ச்சிப் பதம் பண்ணி ஒரு நீண்ட மூங்கில் குழாயின் முடிவில் தொப்பி போட்டிருந்த மண் பாத்திரத்தில் பக்கவாட்டுத் துளை யில் அதை அடைத்து சுனிலிடம் கொடுத்தான்.

அவன் அதை வாங்கி மெழுகுவர்த்தியின் அருகே பக்கவாட்டாகப் படுத்துக்கொண்டு அந்த நெருப்பில் மருந்தைக் காட்டி ஆழமாக உறிஞ்சினான்.

இன்பப் பாம்புப்புகை அவன் மார்புக்குள் ஊறி நெளிந்ததில் அவன் நடுக்கம் உடனே நின்றது. படுத்திருந்த நிலை புரியாமல் சரிந்து சரிந்து சரிந்தான். நெஞ்சுக்குள், இல்லை மண்டைக்குள் எங்கோ அந்தக் கவிதைச் சுழல் தாக்க, எல்லாமும் அலம்பி விட்டாற்போலப் பளிச்சென்று தெரிந்தது. மெழுகுவர்த்தியின் மஞ்சள் நடனம், தகதகக்கும் வைர நாட்டியமாயிற்று. வெளியே ஆட்டோ, கார் சத்தம், சைக்கிள் மணி எல்லாம் தனிப்பட்ட நாதத் துல்லியங்களாயின. உலகம் பூராவும் சந்தோஷப்பட்டது. காஸ்ட்டனேடாவின் வாக்கியங்கள் மனத்தில் உலவின. அவனே அந்த மெழுகுவர்த்தியாகி நடுமண்டையில் நெருப்பு நடிக்க, மூளை உருகி, உருகி நெற்றியில் வழிந்து கண்களை மறைக்க இமைகளை மூடிக்கொண்டான். சமஸ்கிருதத்தில் காபரே நடை பெற வைர ராத்திரியில் நடை பயின்றான். கூடவே Lucy in the Sky with Diamonds கேட்டது.

வெளி உலகில் அந்த இரானியன் 'சாக்லெட்' என்றான்.

'ம்ஹூம்! கசப்பை மறைக்க சாக்லெட், டீ திரவம் எதுவும் வேண்டாம் எனக்கு.'

'என்னங்க, கொஞ்ச நாளா ஆளைக் காணோம்?' என்றான் சேலத்து சண்முகம். நாற்பத்து ஐந்து வயதுக்கு அவன் பற்கள் அத்தனையும் உதிர்ந்துபோய் மணிபர்ஸ் சிரிப்பு. கண்கள் கலங்கி கன்னத்திலும் மார்பிலும் எலும்பு தெரிய ஏறக்குறைய இறந்திருந்தான்.

'தாளி! இருபது வருசமாப் பளக்கங்க. தாசில்தார் ஆபீசில லைசன்ஸு வெச்சிருக்கன். பத்தலை தாளி, தெனம் காலைல ஒருமுறை மாலைல ஒருமுறை போடாக்காட்டி உடம்பு பூரா நடுங்குதுங்க!'

சண்முகம் கூட அழகாகத்தான் இருந்தான். சுனில் மற்றொரு நோட்டை எடுத்துக் கொடுக்க மற்றொரு இழுப்பு அவனுக்கு தரப்பட்டது.

Everyone smiles as you drift past the flowers
that grow so incredibly high
News-paper taxis appear on the shore
waiting to take you away
Climb in the back with your head in the clouds
and you are gone!
Lucy in the sky with diamonds!

'என் அருமை நண்பனே! எல்லோரையும் போலப் பிறந்து இறந்து பிறந்து இறப்பதில் என்ன லாபம்? ஏதாவது ஒரு குற்றம் செய்யவேண்டாமா நீ?'

'என்ன குற்றம் செய்யவேண்டும் என் குருவே?'

'சொல்கிறேன், வேளை வரும்போது சொல்கிறேன்.'

ஆறுமுகம் சினிமா பார்த்துவிட்டு இரவு ஒரு மணிக்கு மெல்ல கே.ஜி. ரோடை நோக்கி நடந்தான். இந்தப் பிரதேசம் உறங்கு வதற்கு இன்னும் ஒரு மணி நேரமாகும். ஜனங்கள் அகாலமாக இட்லியும் மிளகாய் பஜ்ஜியும் தின்று கொண்டிருந்தார்கள். பெட்ரோமாக்ஸ் வெளிச்சத்தில் வாணலியில் கடலை எண்ணெய் கொப்பளித்துக் கொண்டிருந்தது. நெப்போலி காபரேயிலிருந்து எதிர்ப்பட்டவர்களிடம் கழுத்தில் கைக்குட்டை கட்டியிருந்த சில்லரை ரௌடிகள் விபசாரம் பேசிக்கொண்டிருந்தார்கள். ஆறுமுகம் சாலையைக் கடந்து நகைக்கடையே இலக்காகச் சென்றுகொண்டிருந்தான். மூலை திரும்பியதும் அந்தக் கடையைக் கவனித்தால் ஷட்டர் அமைத்துப் பூட்டப் பட்டிருந்தது. மெர்க்குரி வேப்பர் விளக்கில் பிரகாசம் அந்த வாசலைத் தாக்கியது சே! இத்தனை வெளிச்சத்தில் வேலை நடத்த முடியாது. முதன்முதலில் இந்த விளக்கைப் பார்க்கலாம். நாற்பதடி உயரம் இருந்தது. ஏறுவது முடியாது. அதன் பீடத்தில் எங்காவது ப்யூஸ் ஸ்விட்ச் ஏதாவது? ம்ஹூம்! வாயில் சிகரெட் பொருத்திக்கொண்டு சுற்றும் முற்றும் பார்த்தான்... கூர்க்கா நடந்து வருவது அடிக்கடி தட்டித் தட்டிக் கேட்டது. இது வேறடா! சரிதான். ஆறுமுகம் குறுக்கே கடந்து அந்தக் கடை வாசலில் போய் உட்கார்ந்தான். சிகரெட்டை அணைக்காமல் படியில் வைத்துவிட்டு பைக்குள்ளிலிருந்து ஹார்மோனிக்கா

எடுத்து அந்த ரோலிங் ஷட்டர்மேல் முதுகு பதித்துக்கொண்டு கால்மேல் கால் போட்டுக்கொண்டு வாசித்தான்.

கூர்க்கா அவனை நோக்கி வருவதைக் கவனிக்காமல் 'ஓ மை டார்லிங்' வாசிக்கத் தொடங்கினான்.

கூர்க்கா அருகில் வந்து நின்று 'கோன் ஹை?' என்றான்.

'இந்தி நை மாலும்' என்று கை விரித்தான் ஆறுமுகம். தொடர்ந்து வாசித்தான்.

'இதர் மத் பைட்னா' என்றான் இருட்டு முகத்துடன்.

'ராத்திரி... தூங்கறதுக்கு எனக்கு... இடமில்லை... இங்கு படுத்துக்கட்டா என்ன?' கூர்க்கா தலையை ஆட்டி நிறைய இந்தி பேசினான். இங்கெல்லாம் படுக்கக்கூடாது என்கிறான் என்பது தெரிந்தது. ஆறுமுகம் பக்கத்துக் கடையைக் காட்டி 'அங்கே?' என்று கேட்டான். கூர்க்கா சற்று யோசித்து, 'டீக் ஹை, ஜா ஜா!' என்றான். ஆறுமுகம் அடுத்த கடை வாசலில் படுத்தான். கூர்க்காவின் பாராவை கவனித்துக்கொண்டே தன் ஹார்மோனிக்காவை எடுத்து மறுபடி வாசிக்கத் தொடங்கினான். ஆரம்ப தினத்துக்கு இது போதும். என் அதிர்ஷ்டத்தை நிரம்பப் பரீட்சை செய்ய வேண்டாம். எல்லாவற்றுக்கும் தக்க சமயம், தக்க தருணம் இருக்கிறது... கூர்க்கா சற்றுத் திரும்ப... ஆறுமுகம் ஒரு சின்ன சபலத்தில் மறுபடி கடை வாசலுக்கு வந்து சடுதியில் செயல்பட்டு பைக்குள்ளிலிருந்து ஒரு மொட்டை சாவி எடுத்து அந்தப் பூட்டுகளில் செலுத்தி ஒரு அழுத்தி அழுத்திப் பதிய, மற்றொரு சாவி மற்றொரு பூட்டு மற்றொரு பிரதி... கூர்க்கா சந்திலிருந்து வெளிப்படும் சப்தம் கேட்டு மறுபடி அடுத்த கடை வாசல் பலகையில் போய்ப் படுத்தான். கூர்க்கா மறுபடி வந்த வழி நடந்தான். எவ்வளவு தூரம் நடந்து மறுபடி திரும்புகிறான் என்று கவனித்தான். அவன் சென்று திரும்ப சரியாகப் பத்து நிமிஷம் ஆகிறது. பத்து நிமிஷம் ஆறுமுகத்துக்கு ஏராளம். இவை எல்லாம் தயாரானதும் அதற்குமுன் ஆறுமுகத்துக்கு ஒரு முக்கியமான வேலை இருக்கிறது... உப்பாரப்பேட்டை போலீஸ் நிலையத்தில்.

அதிகாலை பரமானந்த் தூக்கம் நிறைந்த கண்களுடன் மைசூரிலிருந்து வந்து சேர்ந்தார். அவரைப் பார்த்ததும் ப்ரேமலதா அழ ஆரம்பித்துவிட்டாள்.

'என்ன ப்ரேமா! என்ன ஆச்சு?'

'நீங்க பாட்டுக்குத் தனியா விட்டுட்டுப் போய்ட்டிங்க. நாள் பூரா நான் பட்ட அவஸ்தையும் டென்ஷனும் தெரியுமா உங்களுக்கு? டெலிபோன்ல அகப்படவே இல்லை. எங்கே நாள் பூரா சுத்திக்கிட்டிருந்தீங்க?'

'விஷயம் என்ன, சொல்லு?'

'அந்தப் பாழாய்ப்போன டெலிபோனை முதல்ல பிச்சு எறிங்க!'

'சரியாப் போச்சு! டெலிபோனை எடுத்தா என் பிசினஸ் கவுந்துடும்!'

'டெலிபோன் இருந்தா நான் கவுந்துடுவேன்!'

'புரியும்படிச் சொல்லு!'

சொன்னாள். நாள் பூராவும் மணிக்கு மணி அந்த நாராசம் ஒலித்ததும் கணவனா கயவனா என்று தீர்மானிக்க முடியாமல் தவித்ததும் எடுத்துப் பேசியதும் கேட்ட வார்த்தைகளில் இருந்த காமமும் ஆபாசமும் போலீஸுக்குச் சொன்னதும் இன்ஸ் பெக்டர் வந்ததும் அவர் அவளைப் பேச வைத்ததும்....

'ச்ச்ச்...அவசரப்பட்டுட்டே!'

'க்கும்! தனியாத் தவிக்க விட்டுட்டு...சொல்விங்க!'

'எனக்கு ஒரு டிரங்க் கால் போட்டிருந்தா?'

'எட்டு டிரங்கால் போட்டாச்சு. நீங்க சிக்கினாத்தானே?'

'ஆல்ரைட், நான் வந்தாச்சில்ல! சமாதானமா இரு' என்று அவளை அணைத்து மார்பில் தடவிக் கொடுத்தார்.

'ஒரு நாள் உன்னைப் பார்க்கவில்லைன்னா எனக்கு ஒரு மாதிரி ஆய்டுது ப்ரேமா...'

'நோ!' என்று அவர் கையை விலக்கினாள்.

டெலிபோன் அடித்தது.

'அவன்தான் மறுபடி!'

‘இரு, நான் கேக்கறேன்.’

பரமானந்த் டெலிபோனை எடுத்து, ‘ஹலோ’ என்றார்.

மௌனம்.

‘ஹலோ! ஹலோ... ஹூ இஸ் இட்?’ வெட்டப்பட்டது.

‘யாருமே பேசலியே!’

‘நிச்சயம் அவன்தான்... உங்க குரலைக் கேட்டதும் வெச்சுட்டான்! நான் தனியா இருக்கேனான்னு பார்த்திருக்கான்... என்னவெல்லாம் சொன்னான் தெரியுமா...’

‘இரு, இரு, பதட்டப்படாதே! போலீஸ் என்ன சொன்னாங்க? ட்ரேஸ் பண்ண முடியுமாமா?’

‘நான் தொடர்ந்து அவனோட பேசினாத்தான் முடியுமாம்!’

‘அடுத்த தடவை வந்தா நல்லாத் திட்டிடறேன்!’ என்றார் அசட்டுத்தனமாக...

‘முதல்ல இந்த டெலிபோனை இந்த இடத்தில் இருந்து ஒழிச்சுக் கட்டுங்க. வேண்டாம். அப்புறம் இன்னிக்கு நீங்க வெளிய எங்கேயும் போகவேண்டாம்!’

‘சேச்சே! இன்னிக்கு பிக்சர் ரிலீஸ் ஆறது. நான் போயே ஆகணும்.’

‘அப்ப என்னையும் கூட்டிட்டுப் போங்க!’

‘எப்படி, என்னோட தியேட்டர் தியேட்டரா அலையறயா?’

‘அலையறேன். வீட்டில தனியா இருக்க முடியாது!’

‘இரு, இரு, முதல்ல அந்த இன்ஸ்பெக்டரைக் கூப்பிட்டுக் கேட்கலாம்.’

மறுபடி டெலிபோன் ஒலித்தது. சட்டென்று இருவரும் மௌனமானார்கள். இரண்டு மூன்று தடவை அடிக்க விட்டு பரமானந்த் அதை எடுத்து,

‘ப்ளடி பாஸ்டார்ட்! என்னன்னு நினைச்சுக்கிட்டிருக்கே’ என்றார்.

சிரிப்பு. 'திட்டாதீங்க. நான் இன்ஸ்பெக்டர் நவநீத்குமார்.'

'ஓ! ஐம் ஸோ ஸாரி, அந்த பையன்தான்னு நினைச்சுக்கிட்டு...'

'பரவாயில்லை, ஐ அண்டர்ஸ்டாண்ட். நீங்க மிஸ்டர் பரமானந்தா?'

'ஆமாம் சார்!'

'மறுபடி கால் வந்ததா?'

'வந்தது. என் குரலைக் கேட்டதும் வெச்சுட்டான். பேசவே இல்லை.'

'அவனை ட்ரேஸ் பண்றதுக்கு ஒரே வழி, உங்க மனைவி அவன்கூடப் பேசியே ஆகணும்! எக்ஸ்சேஞ்சிலேயும் சொல்லி வெச்சிருக்கேன். அவங்க ரிலேயைக் கண்டுபிடிக்கிறதுக்குக் கொஞ்சமாவது நேரம் வேணும்.'

'என்ன பேசணும்?'

'அவனை ட்ரேஸ் பண்ணணும். தனியா இருக்கேன்னு சொல்லணும். அவனை எப்படியாவது வரவழைக்கணும். இந்த நாடகத்தை அவங்க நடத்தித்தான் ஆகணும்! அப்படிக் கொஞ்சம் ஒத்துழைச்சா அவனைப் பிடிச்சு இழுத்துக் கொண்டுவந்து நிறுத்திடறோம்!'

'அவ இதுக்கு ஒத்துக்க மாட்டா!'

'இது ஒரு நடிப்பு மாதிரிதானே!'

'ஸோ? வேற ஒரு வழியும் இல்லையா?'

'இல்லை, நீங்க வீட்ல இருங்க. நான் பத்து மணி சுமாருக்கு அங்கே வரேன்.'

டெலிபோனை வைத்துவிட்டுப் பரமானந்த், 'குழப்பிட்டே ப்ரேமா! போலீஸ்காரர்களை உள்ள விட்டதே தப்பு. குட்டிச் சுவரா ஆக்கிடுவாங்க! எதுக்காக போலீசைக் கூப்பிடணும்? கால் வந்தா பேசாம இருக்கிறது? இல்லை. ரிசீவரை எடுத்து என்கேஜ் ஆக்கிடறது. கொஞ்சம் யோசனை வேண்டாமா? ஏய்! எங்க போறே?'

ப்ரேமா கோபத்துடன் உள்ளே சென்றுவிட்டாள்.

பரமானந்த் டெலிபோனை எடுத்து எண்களைச் சுழற்றி பிஸினஸ் பேச ஆரம்பித்தார்.

பார்வையாளர் சீட்டில் கர்னல் அகர்வால் என்று எழுதியிருந்தது.

'வரச்சொல்' என்றார் பிரபாகர் ராவ்.

உள்ளே வந்த அகர்வாலிடம் உடனே ராணுவம் தெரிந்தது. செக்கச்செவேல் என்று நிறம். சற்றே நரை தெரியும் அடர்த்தியான மீசை. சிரிக்கும் கண்கள். இறுக்கும் கை குலுக்கல்.

'கிளாட் டு மீட் யூ கமிஷனர். ஐவ் ஹர்ட் ஸோ மச் எபவ்ட் யூ!' ஆங்கிலத்தில் ஸாந்தர்ஸ்ட் தெரிந்தது.

'திஸ் இஸ் ரேகா! என் பெண்!'

'ஹலோ, உட்காருங்கள்.'

தந்தையும் மகளும் எதிரே உட்கார்ந்தார்கள். மகள் தன் கை நகங்களைப் பார்த்துக்கொண்டு மௌனமாக பொம்மைபோல உட்கார்ந்திருந்தாள். மெல்லிய ரோஜா நிற உதடுகள். தந்தையின் மூக்கு. உடம்பில் இளமை செழித்தது. நெற்றியில் அடிக்கடி மயிற்கற்றைகள் உலவ அவற்றை நீண்ட விரல்களால் தள்ளிக் கொண்டாள். பளிச்சென்று இருந்தாள்.

'சொல்லுங்கள்' என்றார் பிரபாகர் ராவ்.

'நீங்கள்தான் இவளுக்குச் சொல்லவேண்டும். இந்தப் பைத்தியக் காரப் பெண்ணுக்குக் கொஞ்சம் புத்தி சொல்ல வேண்டும்.'

'என்னம்மா, அப்பா சொல்றது வாஸ்தவமா?' என்றார்.

பதில் இல்லை.

'நீ ப்ரஸன்னாவைக் காதலிக்கிறாயா?'

உடனே நிமிர்ந்தாள். 'ஆம்' என்றாள்.

'உங்களுக்கு எப்படி தெரியும்?' என்றார் அகர்வால்.

'எனக்கு ஒரு கடிதம் வந்தது...'

'யு ஸ்டுப்பிட் கர்ள்! என்ன எழுதி இருந்தாள்?'

'திட்டாதீங்க! அது அவள் பிடிவாதத்தை அதிகப்படுத்தும். ப்ரஸன்னா யார்?'

'அவன் ஒரு ராஸ்கல்! ஸ்கவுண்ட்ரல்... பாஸ்டர்ட்.'

'ஜஸ்ட் எ மினிட்!'

கர்னல் அகர்வால் முகத்தில் ரத்தம் பாய்ந்து மேலும் சிவப்பானார். அவர் கைகள் நடுங்க, 'மே ஐ ஸ்மோக்?' என்றார்.

'தாராளமாக' என்று ஆஷ்ட்ரேயை அருகில் நகர்த்தினார்.

பற்றவைத்து 'அவளையே கேளுங்கள். அவளே சொல்லட்டும். ப்ரஸன்னா யார் என்று கேளுங்கள்.'

'ரேகா?' என்றார், பிரபாகர் ராவ் அன்புடன்.

ரேகா தலை நிமிராமல், 'ஆரம்பப்பள்ளி ஆசிரியன்' என்றாள்.

5

அகர்வால் முகம் இனிமேல் சிரிக்க முடியாதபடி மொத்த ரத்தமும் மூஞ்சிக்கு வந்துவிட்டது. 'ரேகா நீ கொஞ்ச நேரம் வெளியே... இரு... நான் கமிஷனருடன் தனியாகப் பேச வேண்டும்' என்றார்.

ரேகா சட்டென்று எழுந்து வெளியே சென்றாள். அப்பாவுக்கும் மகளுக்கும் பேச்சு வார்த்தை ஒருநாளைக்கு நான்கு அல்லது ஐந்து வாக்கியங்கள்தான் இருக்கும் போலத் தோன்றியது. அவள் சென்றதும், 'ஸ்கூல் டீச்சர், மை காட்! கேட்டீங்களா? அதுவும் வேலை இல்லாதவன், நான்கு ஐந்து பிள்ளைகளுக்குப் பாடம் சொல்லித் தருகிறவன். அவனைப்போய் கல்யாணம் செய்து கொள்கிறாளாம். இதைவிட அபத்தம் உண்டா? சொல்லுங்கள்?' என்றார்.

'சொல்லுங்கள்' என்றார் பிரபாகர் ராவ். போலீஸ் வாழ்க்கையில் எத்தனை அபத்தங்களைச் சந்தித்திருக்கிறேன் என்று அவர் சொல்ல விரும்பவில்லை. முந்தாநாள்தான் பார்த்தினியம் செடிகளுக்குப் பயந்துகொண்டு லெட்டர் எழுதி வைத்துவிட்டு ஒரு பத்து ஆசாமிகளுக்கு உண்டான மார்ஃபியாவைச் சொந்தமாக இன்ஜெக்ஷன் செய்துகொண்டு தற்கொலை செய்துகொண்ட டாக்டரைச் சந்தித்திருக்கிறார். அகர்வால் தொடர்ந்தார். 'அவளைப் பார்த்தீர்கள் இல்லையா, என்ன அழகான பெண்? அவளை நீங்கள்

நிச்சயம் பார்க்கவேண்டும், கருப்பாக!' சுண்டுவிரலைக் காட்டி, 'இவ்வளவுதான் இருக்கிறான். பஞ்சாபி கலாசாரத்தில் வாழ்ந் தவள் இவள், வேற்று மொழி, வேற்று ஜாதி... அவன் ராக வேந்திர சாமியைக் கட்டிக்கொண்டு அழுகிறான். நெற்றியில் சந்தனம்வேறு! அவனைக் கல்யாணம் செய்துகொள்கிறாளாம்! மூன்று நாள்? மூன்று நாள் தாங்குமா? சொல்லுங்கள். பித்துப்பிடித்து அலைகிறாள்! இவளுக்கு நான் என்ன குறை வைத்தேன்? எவ்வளவு படிப்பு! எவ்வளவு ஆடைகள்! எவ்வளவு சினிமா! இங்கிலாந்தில் மணியாக ஒரு பையன் பார்த்து வைத்திருக்கிறோம். அவன் விடுமுறையில் வரப்போகிறான்! இந்தக் குண்டைத் தூக்கிப் போடுகிறாள்! எனக்கு இந்தத் தலைமுறை புரியவே இல்லை.'

'நான் என்ன செய்யவேண்டும்?' என்றார் பிரபாகர் ராவ்.

'சார், எனக்கு நிதி மந்திரி, போக்குவரத்து மந்திரி எல்லோரையும் தெரியும். அவர்களிடம் எல்லாம் நான் போகவில்லை. உங்களைப் பற்றி நிறையக் கேள்விப்பட்டிருக்கிறேன். உதவி கமிஷனர் என்கிற முறையில் நீங்கள் இந்த நகரத்தில் செய்யும் உத்தமமான செயல்களை எல்லாம் பற்றிப் படித்திருக்கிறேன். நீங்கள் அவளுடன் தனியாகப் பேசுங்கள்! புத்தி சொல்லுங்கள்! நாங்கள் எத்தனையோ சொல்லிப் பார்த்தாகி விட்டது. அறையில் அடைத்து சோறு போடாமல் வைத்துப் பார்த்தாகிவிட்டது. பயப்படுத்திப் பார்த்துவிட்டோம். ம்ஹூம்... பிடிவாதமாக ப்ரஸன்னா... பாழாய்ப் போகிற ப்ரஸன்னாதான்! நீங்கள் இவளுக்குப் புத்தி சொல்லி அந்த மரமண்டையில் கொஞ்சம் பகுத்தறிவு கொண்டுவர வேண்டும்...அப்புறம் அந்தப் பையனைத் தனியே கூப்பிட்டு பயங்காட்டி வைக்க வேண்டும்...'

பிரபாகர் ராவ் யோசித்தார். 'பார்க்கலாம், முதலில் அவளுடன் பேசுகிறேன்' என்றார்.

'ரேகா!' என்று விளித்தார். உரத்த, அதட்டுக் குரலில் 'என்ன?' என்று வாயிலில் தோன்றினாள். பிரபாகர் ராவ் அன்பான குரலில் 'வா, ரேகா! உட்கார்' என்றார். 'மிஸ்டர் அகர்வால்! நீங்கள் கொஞ்சம் வெளியே இருக்கிறீர்களா?' என்றார்.

தந்தை சென்றதும் மகள் கொஞ்சம் சுதாரித்துக்கொண்டாள். உதடுகளின் ஓரத்தில் தெரிந்த இறுக்கம் விலகியது. நெற்றிப்

புருவங்கள் நேர் நிலைக்கு வந்தன. வட்ட முகம், வடக்கத்திய சிவப்பு, வடக்கத்தி ஊட்டம். இவளைக் கல்யாணம் செய்து கொள்ள க்யூவில் நிற்பார்கள்!

'சொல்லு?'

'நான் ப்ரஸன்னாவைக் கல்யாணம் செய்துகொள்ள வேண்டும்.' அதற்கு நீங்கள் உதவி செய்யவேண்டும்.'

'அந்தப் பையன் வேலையில்லாதவனாமே?'

'அப்பாதான் அவனை வேலையிலிருந்து நீக்க ஏற்பாடு செய்தார்!'

'சரி, நீ அவனைக் கல்யாணம் செய்துகொண்டு எப்படி குடும்பம் நடத்துவதாக உத்தேசம்? உன் அப்பாவின் பணத்திலா?'

'ம்ஹூம்... தொட மாட்டேன்! நான் வேலைக்குப் போகிறேன். ரிசப்ஷனிஸ்ட்டாக, இல்லை மாடலிங் செய்கிறேன்!'

'அவன் ஒன்றும் அவ்வளவு அழகானவன் இல்லையாமே?'

'உங்களுக்கு என் கண்கள் இல்லை?' என்றாள். அவளது ஒவ்வொரு வாக்கியத்திலும் தெளிவும் தீர்மானமும் தெரிந்தது.

'உண்மைதான்.' ஒரு பழைய பொன்மொழியைப் பிரயோகித் தார். 'காதலுக்குக் கண்ணில்லை. ரேகா! இது ஒரு நாள், இரண்டு நாள் பிரச்னை இல்லை. வாழ்நாள் பிரச்னை. மிகவும் யோசித்து முடிவெடுக்க வேண்டிய காரியம்.'

'யோசித்துத்தான் முடிவெடுத்து விட்டோம் சார்! சட்டப்படி அப்பாவும் அம்மாவும் என்னைத் தடுக்க முடியுமா? எனக்கு இருபது வயசாகிறது...'

'ம்...ம்? முடியாதுதான். நான் இப்போது பேசுவது சட்டமல்ல. ஒரு சின்ன அறிவுரை!'

'நன்றி.'

'நீ ஒன்று செய்யேன்? அவனை நான் பார்க்கவேண்டும். அழைத்து வருகிறாயா?'

'தாராளமாக.'

'இல்லை. அவனை என்னிடம் அனுப்புகிறாயா? நீ சொன்னால் வருவான்.'

'எதற்கு?'

'இவ்வளவு அழகான பெண்ணை இவ்வளவு பிடிவாதமாக மாற்றியிருப்பவனை நான் பார்க்கவேண்டும்! பார்த்து அவனிடம் கையெழுத்து வாங்கவேண்டும். சபாஷ் சொல்லவேண்டும்.'

ரேகா முதல் முறையாகப் புன்னகைத்தாள். அந்தப் புன்னகையில் தென்பட்ட சௌந்தர்யம் ஏதோ ஒருவகையில் உலகத்துக்கே பொதுச்சொத்து என்று பட்டது பிரபாகர் ராவுக்கு. அவள் நேராக அவரைப் பார்த்தாள். 'சார்! ப்ளீஸ் ஹெல்ப் மி!'

'ஐல் ஹெல்ப் யூ மை சைல்ட்! யு மஸ்ட் கோஆப்பரெட் வித் மி!'

'ஷ்யூர்!'

'நான் உன் ஹீரோவைப் பார்க்கும்வரை எதுவும் விபரீதமாகச் செய்யக்கூடாது. வீட்டை விட்டு வெளியே போகக்கூடாது. உன் தாய் தந்தையருடன் சண்டை போடக்கூடாது. அவனை நீயே என்னை வந்து பார்க்கச் சொல்! அதுவரை தாற்காலிகமாகச் சமாதானம்! சரியா?'

'சரி.'

'ப்ராமிஸ்?'

'ப்ராமிஸ்!'

'மிஸ்டர் அகர்வால்?'

அகர்வால் உள்ளே வர, 'உங்கள் மகள் நான் அந்தப் பையனைப் பார்க்கும்வரைக்கும் ஏதும் செய்வதில்லை என்று சத்தியம் பண்ணிக் கொடுத்திருக்கிறாள்.

'டெலிபோனில் பேசக்கூடாது என்று சொல்லுங்கள்!'

'ரேகா, நீ அவனுக்கு ஒரு கடிதம் எழுதி விடேன்?'

'சரி.'

'ரேகா அறைக்கு வெளியே செல்ல, அகர்வால் சற்றுத் தயங்கி அருகில் வந்து, 'அவன் வந்தால் பயப்படுத்தி வையுங்கள். அடியுங்கள்! பீட் ஹிம்!' என்றார்.

‘நோ! ஐ ஜஸ்ட் வான்ட் டு மீட் ஹிம்’ என்றார் பிரபாகர் ராவ் புன்னகையுடன்.

இரவு, அந்த ரெஸ்டாரண்டுக்குள் அந்தப் பெண் தன் கடைசி வஸ்திரத்தை உதறிப் போட்டாள். வாத்தியங்கள் அலற, ஸ்ட்ரோபோஸ்கோப் துடிக்க சற்று நேரம், அவள் மேனி தரிசனம் வெட்டப்பட்டு வெட்டப்பட்டுத் தெரிய விசில் சப்தமும் ஆர வாரமும் உச்சக்கட்டத்துக்குச் செல்ல, விளக்கு சட்டென்று அணைக்கப்பட்டு அவள் பின் இருந்தவன் சரேல் என்று அவள்மேல் ஒரு அங்கியைப் போர்த்த, உள்ளே ஓடினாள். மறுபடி விளக்கு போடப்பட்டது. அடுத்த நடனத்துக்காகக் காத் திருக்கும் இடைவேளையில் ஆறுமுகம் அங்கே உட்கார்ந் திருந்தவர்களைச் சுவாரஸ்யமாகப் பார்த்தான். பெரும்பாலும் நடுத்தர வயதினர்... வழுக்கைகள், ஏன் சில கிழவர்கள்கூட ... உபத்திரவமில்லாத இச்சைத் தணிப்பு. தூரத்திலிருந்து ஒரு இளம் பெண்ணின் பரிமாணங்களைப் பார்க்கலாம். சற்று நேரம் மனைவிமார்களை மறந்துவிட்டு பிஸினஸ் கவலைகளைக் கழற்றிவிட்டு இஷ்டப்பட்ட அளவு குடிக்கலாம். கூச்சல் போட லாம்... இருட்டு தரும் சௌகரியத்தில் இஷ்டப்படி கெட்ட வார்த்தை பேசலாம். எல்லோரும் அந்நியர்கள்... தாற்காலிக நண்பர்கள்... சிகரெட் புகை, மனிதர்களின் நெருக்கத்தால் ஏற்பட்ட உடல் உஷ்ணம், காமம்!

ஆறுமுகம் மூன்றாவது விஸ்கியை மடக்கென்று விழுங்கினான். எதிரே கித்தார் வாசித்துக்கொண்டிருந்தவன் இரண்டாகப் பிரிந்து ஒன்று சேர, இது போதும்... தன் பக்கத்தில் இருந்தவனைப் பார்த் தான். ஒரு சின்ன எலி போல துருதுரு என்று கண்களுடன் மீசை மட்டும் அடர்த்தியாக, பற்கள் சற்றே தெரிய உட்கார்ந்திருந்தான்.

‘உன் மீசை எனக்குப் பிடிக்கவில்லை’ என்றான் ஆறுமுகம்.

‘ஹஹ்ஹ...’ என்று சிரித்தான் எலி.

‘மீசையை எடுத்துரு!’

‘காலைல எடுக்கிறேன்!’

‘இப்பவே எடு! வெய்ட்டர்! ஒரு ஃப்ளேடு கொண்டா!’

சட்டென்று அந்த இடத்தில் அமைதி நிலவியது. ஆறுமுகம் உரத்த குரலில் ‘ப்ளேடு கொண்டு வான்னா பயந்துக்கிட்டு

நிக்கறியா; கொண்டு வாடான்னா!' எலி சற்று பயந்து எழுந்திருக்க,

'உக்கார்றா, தேவடியா மகனே!' என்றான்.

அவன் சட்டென்று உட்கார... வெய்ட்டர் மேனேஜருக்குச் சொல்ல, அந்த சிந்தி இளைஞன் நேராக ஆறுமுகத்தை நோக்கி வர, ஆறுமுகம் இதனிடையில் அவன் மீசையை இரண்டு விரல்களால் திருகி, இழுத்துப் பார்த்து 'நல்லாவே இல்லை! எடுத்திடு! எடுத்திடு!' என்றான்.

'மிஸ்டர் கெட் அவுட்!' என்றான் மேனேஜர்.

ஆறுமுகம், 'என்னையா? என்னையா கெட் அவுட்? உங்க தாத்தா வந்தாலும் முடியாது. காசு கொடுத்திருக்கேன். டான்ஸ் பார்த்துட்டுப் போவேன். இன்னும் ரெண்டு டான்ஸ் பாக்கி. புல்லா அவுத்துப் போடச் சொல்லு. அதுக்காகத்தான் காசு கொடுத்திருக்கோம். உன் ஓட்டல் சாப்பாட்டை நாய் தின்னாது... அவ்வளவு காரம். எண்ணெய் மிதக்கும்...'

மேனேஜர் ஆறுமுகத்தைப் பிடித்து இழுத்தான்.

'தொடாதடா...' என்று குறியில்லாமல் ஒரு வீசு வீசினான். கண்ணாடித் தம்ளர்களும் பீங்கானும் உருண்டன. ஆறுமுகம் கையில் ரத்தம் தென்பட, எல்லோரும் எழுந்து நின்று பார்த்தார்கள். வாத்தியம் ஸ்தம்பித்தது.

'-த்தா ஓட்டலா நடத்தறீங்க!'

நான்கு பேர் ஆறுமுகத்தின் மேல் பாய, அந்த இடத்துச் சம்பவங்கள் சிக்கலாயின. கையில் கண்டதை எடுத்து அடிக்க ஆரம்பித்தான். எலி மேஜைக்கு அடியிலிருந்து புறப்பட, 'எங்கே ஓடறே' என்று அவன் பெல்டைப் பிடித்து இழுக்க... அடிதடி பெரிதாகிவிட்டது. ஆறுமுகம் இப்போது மேஜைமேல் நின்று கொண்டு மேலே தொங்கின விளக்கைக் குறி பார்த்து இடது கையிலிருந்து ஒரு தட்டை வீசினான்.

மேனேஜர் ஓடிப்போய் போலீஸை அழைத்தார்.

உப்பார்பேட் போலீஸ் நிலையத்தில் நவநீத்குமார் ட்யூட்டியில் இருந்தார். ஒரு கான்ஸ்டபிள் சவுக்கத்தை ஆறுமுகத்தின்

கழுத்தில் சுற்றித் தரதரவென்று இழுத்து வர, கூட அந்த சிந்தி இளைஞன், ஓரிரண்டு வெய்ட்டர்கள், பொது ஜனங்கள். ஆறுமுகத்தின் உதடுகளில் வெற்றிலை போட்டாற்போல் ரத்தச் சிவப்பு, கண்களில் கலக்கம்.

'என்னய்யா?'

'குடிச்சுட்டு காபரேயில் ஒரே கலாட்டா சார்.'

'ஆயிரம் ரூபா ப்ராப்பர்ட்டி உடைச்சிருக்கான் சார்.'

ஆறுமுகம் 'லாலல்லலா!' என்று பாடிக்கொண்டு, 'அலோ! இன்ஸ்பெக்டர் நவநீத்குமார்!' என்றான்.

நவநீத்குமார் சற்றுநேரம் அவனையே பார்த்தார். 'இந்தக் குரல் பரிச்சயமான குரல். இந்த முகம்? எங்கே பார்த்திருக்கிறேன் இவனை!' அவர் மூளைக்குள் சரசரவென்று நூறு குற்றவாளி களின் பிம்பங்கள் ஸ்லைட் போட்டதுபோல் மாற...

'நான்தான் சார் ஆறுமுகம்.'

'அடடே, நீயா? வாய்யா! தாடியை எடுத்துட்டியா?'

'தாடி மீசை எல்லாம் எடுத்திட்டேன். அனாவசியத்துக்கு அடிச்சாங்க இந்த ஓட்டல்ல. ரத்தம் பாருங்க.'

'பாஸ்டர்ட். பொய் சொல்றான் சார்! இவன்தான் சண்டையை ஆரம்பித்தான்.'

'அய்யய்யோ, இல்லவேயில்லை... நான் பாட்டுக்குச் சும்மா உட்கார்ந்திருந்தேன்.'

'இல்லை சார். இவங்களைக் கேளுங்க. ஏராளமா விட்னஸ் இருக்காங்க.'

'நான் அந்த மாதிரி எல்லாம் செய்வேனா சார்? நான் திருந்தினவன் இல்லையா?'

'உன்னை எனக்கு தெரியும்யா! மிஸ்டர்! உங்க பேர் என்ன?'

'வினோத் சார்.'

'ஒரு கம்ப்ளெயிண்ட் எழுதிக் கொடுங்க.'

'சார், சார்! வேண்டாம் சார். என்னை விட்டுடுங்க.'

'உக்கார்றா.'

'இதப் பாருங்க ரத்தம். இவன்தான் என்னை அடிச்சான்?'

'நீங்க எழுதுங்க வினோத்.'

ஆறுமுகம் அழ ஆரம்பித்தான். 'நான் திருந்திட்டேன் சார்! என்னை ஜெயில்ல போடாதீங்க சார்.'

'ராத்திரி லாக் அப்பில் இரு. நாளைக்கு கோர்ட்டுக்குப் போயிட்டு வா.'

ஆறுமுகம் ஓர் ஓரத்தில் போய் மண்டையைப் பிடித்துக்கொண்டு உட்கார்ந்தான்.

காலை எட்டு மணிக்கு சுனில் தன் மோட்டார் சைக்கிளை அந்தக் கடை வாசலில் நிறுத்தி சிகரெட் வாங்கிப் பற்றவைத்துக் கொண்டான். மெல்ல நடந்தான்.

தன் பையிலிருந்த காகிதத்திலிருந்து ஒருமுறை டைரக்டரியிலிருந்து குறித்துக்கொண்ட விலாசத்தைச் சரி பார்த்துக் கொண்டான். ப்ரேமலதா!

'என்ன டார்லிங்' என்று அழைத்த ப்ரேமலதா! அவள் எப்படி இருக்கிறாள் என்று பார்க்கவேண்டும்! அந்த வசீகரமான குரலுக்கு உரிய உடல் எப்படிப்பட்டது என்று தெரிந்துகொள்ள வேண்டும். காந்தி நகரின் குறுக்குத் தெருக்களில் அந்த விலாசத்தைத் தேடினான்.

இதோ இந்த வீடுதான்! டெலிபோன் மாடியில் இருக்கிறது. இந்த இடம்தான்.

ஒரு சிறிய பெண் வெள்ளை வெளேர் என்று பள்ளிச் சீருடையுடன் படியிறங்க, அவள் பின்... அவள்!

இவள்தான் ப்ரேமலதாவா?

6

ப்ரேமலதா தன் பெண்ணை ஆதரவுடன் அழைத்துச் சென்று தெருமுனையில் நிற்பதை சுனில் இங்கிருந்து பார்த்தான். மண்டியிட்டுத் தன் பெண்ணின் மார்பில் குத்தியிருந்த கைக்குட்டையைச் சரி செய்து முகத்தைத் துடைத்துவிட்டு டிபன் பாக்ஸைக் குறிப்பிட்டு அவசரமாக ஏதோ போதித்து அன்புடன் உதட்டைக் குவித்துக்கொண்டு மானசீகமான முத்தம் கொடுத்து... எல்லாவற்றையும் கவனித்தான். ஸ்கூல் பஸ் வர அதில் அவளை பத்திரமாக ஏற்றிவிட்டு டாட்டா காட்டிவிட்டு சுனிலை நோக்கி வந்தாள். சுனில் சற்று பதட்டப் பட்டான். கடை வாசலில் நின்று மாடர்ன் ப்ரெட் வாங்கினாள். சௌக்கியமா என்று கடைக்காரனை விசாரித்தாள்.

சுனில் அவளை மிக அருகில் பார்த்தான். ஒரு தாயாக இருந்தும் அவளிடம் வசீகரம் மிஞ்சியிருந்தது. சன்னமான ஜார்ஜெட் புடைவையின் ஊடே அவள் மார்பு தெரிந்தது. தாலி தெரிந்தது. திரும்பி வீட்டை நோக்கி நடக்கையில் நளினம் தெரிந்தது. இவள்தான்! இவளேதான். சுனில் தன் மோட்டார் சைக்கிளை உதைத்து ஏறக்குறைய தரையைத் தொடுகிற மாதிரி திரும்பி, தடதடவென்று நீலப்புகை தொடரக் கிளம்பினான். அவன் கண்களில் லேசாகக் கண்ணீர் இருந்தது. ‘பாவம் ப்ரேமலதா!’

சுனிலுக்கு எல்லாம் கிடைத்துவிடுகிறது. அதுதான் அவன் குறை. சின்னப் பிள்ளையிலிருந்து அவன் கேட்டது, கேட்காதது எல்லாம் அவனுக்கு அளிக்கப்பட்டது. ஒரே மகன். அந்தச் சலுகையில், தந்தை மிகப் பெரிய மனிதர் என்கிற வசதியில் எத்தனை பாழாய்ப் போகிற சௌகரியங்கள், நடக்க விட வில்லை அவனை. காரில் அனுப்பினார்கள், படிக்க விட வில்லை. பாஸ் செய்ய வைத்தார்கள். கல்லூரி அனுமதிகளுக் காக அலைய விடவில்லை. அவற்றை விலை கொடுத்து வாங்கினார்கள். சினிமா டிக்கெட்டுகளுக்காக வரிசையில் நிற்கவில்லை. கிரிக்கெட் பார்க்கவேண்டுமா? பெவிலியன் சீட். கோவா போக வேண்டுமா? ப்ளேன் டிக்கெட், ஐந்து நட்சத்திர ஹோட்டல் அறை. சொந்தமாகச் சிரமப்பட்டு எதையும் அடைந்ததில்லை. இந்த வயதுக்கு அறுபது வருஷங்களுக்கு உண்டான பாவங்களைப் பார்த்துவிட்டான். அவன் ரத்தம் புதுசான ஒரு அல்லலுக்கும் அபாயத்துக்கும் அலைந்தது. ப்ரேமலதாவை அடைவதில் அந்த சவால் இருந்தது அவனுக்கு.

அவளுக்கு மறுபடி டெலிபோன் செய்யவேண்டும்.

சுனில் வீட்டுக்கு வந்தபோது அப்பாவும் அம்மாவும் இரைந்து பேசிக்கொண்டிருந்தார்கள். அவனைப் பார்த்து நிறுத்தினார்கள். மறுபடி சண்டைபோலும். அம்மாவின் சமீபத்திய கண்ணீரை மேக்-அப் மறைத்திருந்தது. 'என்ன வேணா செய், என்னைக் கேட்காதே! ஹாய் சன்!' என்றார் அப்பா. டெலிபோனை எடுத்து எண்களைச் சுழற்றி 'நியூ யார்க்குக்கு கால் போட்டது என்ன ஆச்சு?' என்று கேட்டார். சுனில் உள்ளே நடந்தான். அம்மா அவன் அருகே வந்து கையைப் பிடித்து 'உன்கிட்ட நான் பேசணும்' என்றாள்.

'அப்புறம்' என்றான்.

'பெற்ற தாயை அலட்சியம் பண்ணுவாயா ராஜா?'

'என்னவாம்?'

அப்பா, 'ஹலோ மிஸ்டர் ராம்சந்தானி!' என்று நியூ யார்க் பேச, அவள் பின் அறைக்குள் சென்றாள். 'காலைல உன்னைப் பத்தி பேச்சு வந்தது. சுனில் கண்ணா, நான்தான் உன்னைக் கெடுக்கி றேனாம். செல்லம் கொடுக்கிறேனாம். ஏன் நீங்கள்தான் அவனைக் கொஞ்சம் கவனிக்கக்கூடாதான்னு கேட்டேன்.

செக்ரட்ரியை கவனிக்கிற அளவில் கால்பாகம் கவனிக்கக்
கூடாதா? கேட்டேன்? கோவம் வந்து என் கையைப் பிடிக்க...'

அழ ஆரம்பித்தாள்.

சுனில் ஜன்னலுக்கு வெளியே பார்த்தான்.

'அழுகையை நிறுத்தினப்புறம் வரேன்!' என்றான்.

'சுனில், உனக்கு அம்மாகிட்ட பிரியம் கிடையாதா?'

'ம்.'

'அம்மாவுக்கு ஏதாவதுன்னா உனக்கு அழுகையே வந்துடும்.
சின்னப்பிள்ளையில உனக்கு எதிரே என்னை அப்பா ஒரு தடவை
கன்னத்தில் அடிச்சார். குழந்தை பதறிப்போய் வீல்னு அழுது
என்னை வந்து கட்டி...'

சுனில் அவள் பேசிக்கொண்டிருக்க அறையை விட்டு வெளியே
வந்தான்.

'அலட்சியம் பண்ணாதேடா கண்ணா! பின்னால் ரொம்ப
வருத்தப்படுவே! நீ மாறிப்போய்ட்டே! அந்த சுனில் இல்லை நீ!'

'ஷட்-அப்!'

ஹாலில் அப்பா டெலிபோன் பேசி முடித்துவிட்டு காரை
நோக்கிச் சென்றுகொண்டிருக்க சுனில் டெலிபோனை
எடுத்தான். மறுமுனை மூன்று தடவை அடித்த பிறகு, 'ஹலோ!'
அவள்தான்!

'ப்ரேமலதா? நான்தான்!'

'ஹாய்!'

'என் மேல கோவமா?'

'இல்லை.'

'தனியா இருக்கியா?'

'ஆமாம்.'

'வரவா?'

'ம்! உன் பேர் என்ன?'

'சொல்ல மாட்டேன்!'

'சொல்லு?'

'ஒரு க்ளூ கொடுக்கிறேன். 'எஸ்'ல ஆரம்பிக்கிறது.'

'வி மஸ்ட் மீட்' என்றாள்.

'எங்கே? எங்கே?'

'இங்க வாயேன்!'

'வந்தேனே, உன்னைப் பார்த்தேனே!'

'அப்படியா?'

'ஆனா நாம வேற எங்கேயாவது சந்திக்கலாம்.'

'எங்கே?'

'நீ சொல்லு! நீ சொல்லு.'

'நீயே சொல்லு.'

'உன் குரல் ரொம்ப அழகா இருக்கு.'

'எங்கே சந்திக்கலாம்?'

'கபன் பார்க்.'

'சரி, கபன் பார்க்கிலே எங்கே?'

'பால்பவன் பக்கத்தில்.'

'ஓ.கே. எப்ப?'

'ம்.ம். இன்னிக்கு சாயங்காலம் அஞ்சு அஞ்சரைக்கு!'

'வரேன்!'

ப்ரேமலதா டெலிபோனை வைத்தபோது அவள் கையிலிருந்த காகிதம் நடுங்கியது. அருகே அவள் கணவன் நின்று கொண்டிருந் தான். அயர்ந்துபோய் அவன்மேல் சாய்ந்தாள்!

'வெரிகுட்! வெரிகுட்! எங்க வரானாம் அந்த ராஸ்கல்!'

'எனக்கு பயமா இருக்கு? எனக்கு பயமா இருக்கு?'

'டார்லிங்! ஏன் பயப்படறே? நாங்கள்ளாம் எதுக்கு இருக்கோம்!'

'எனக்கு அப்படியே அவனைப் பிடிச்சு மயிரைப் பிடிச்சு உலுக்கி சுவற்றில் மோதணும் போல எரிச்சல் வரது. என்னைப் பார்த்திருக்கானாம். இந்தப் பக்கம் வந்திருக்கானாம்.'

'மாட்டிக்கிட்டான்!'

'எனக்கு அந்த மாதிரி உங்களை முன்னால வெச்சுக்கிட்டுப் போறதுக்கு எவ்வளவு அருவருப்பா இருந்தது தெரியுமா?'

'நடிப்புதானே! நீ வசனம் சொன்னதில்லையா?'

'அது சினிமா! இது நிஜமில்லையா!'

'நிஜத்தில்தான் நிறைய நடிப்பு வேணும்!'

'இனிமே பேசமாட்டேன்!'

'இது போதும். நவநீத்குமாருக்கு உடனே டெலிபோன் செய்துறலாம்! கபன் பார்க்காமா? எத்தனை மணிக்கு?'

'சாயங்காலம் அஞ்சரை.'

'மாட்டிக்கிட்டான். எனக்கு அவனைப் பார்க்கணும்.'

'எனக்கு அவனைப் பார்க்கவேண்டாம்!'

'நீதானே கதாநாயகி!'

'ப்ளீஸ்! அப்படிப் பேசாதீங்க!'

'பரமானந்த் டெலிபோன் செய்தார்.

ஆறுமுகத்தை லாக்-அப்புக்கு அனுப்புவதற்கு முன் நவநீத்குமார் அவனை உடல் முழுவதும் தடவி பையில் இருந்தவற்றை உதிர்த்து மேசைமேல் வைத்தார். ஒரு சின்ன பர்ஸ். அதில் முப்பது ரூபாய், சில்லறைக் காசு, ஒரு சீப்பு, பஸ் டிக்கட். 'என்னய்யா மறுபடியும் பெங்களூர் வந்திருக்க? என்ன விசேஷம்?'

‘ஒண்ணுமில்லைங்க, சும்மா ஒரு வேலை கிடைக்குமானுட்டு.’

‘என்ன வேலை? நகைக்கடையா? பூட்டு உடைக்கிறதா!’

‘அய்யய்யோ? அந்தப் பொல்லாப்பெல்லாம் இல்லைங்க! நியாயமா, தர்மமா...’

‘உன்னைத் தெரியும்யா எனக்கு. பழைய கேடி சார் இவன்! நம்ம தோஸ்த்’ என்று அவர் தோளில் தட்டினார். ‘பாண்ட்டில் என்ன வெச்சிருக்கே எடு...’

‘ஒண்ணுமில்லிங்க ... கைக்குட்டை...’ என்று அதை எடுத்து மேசைமேல் வைத்து இரண்டு பாக்கெட்களையும் வெளியே உருவிக் காட்டிச் சிரித்தான்.

‘காபரே போற அளவுக்கு செல்வாக்கு வந்திருக்கா?’

ரெஸ்டாரண்ட் மேனேஜர், ‘சார், நான் போகலாமா?’ என்றார்.

‘காலைல கோர்ட்டுக்கு வந்துடுங்க!’

‘ஹிஹி! கோர்ட்டுக்கு எதுக்கு! நியூஸன்ஸ் கேஸ்னு உள்ள தள்ளிட்டு விட்டுருங்களேன்!’

‘அப்ப இந்த கம்ப்ளெய்ண்ட்?’

‘வேணாம்னா இதை...’

‘உங்களையும் கொஞ்சம் விசாரிக்கணும். உங்க ரெஸ்டாரண்டில் என்ன என்னவோ நடக்குதாமே!’

‘புல்லா அவுத்துட்டு பாடி காமிக்கிறாங்க சார்!’

‘நீ சும்மா இரு! சொல்லுங்க வினோத்!’

‘அதெல்லாம் கிடையாது!’

‘உங்களையும் சேர்த்து உள்ள தள்ளட்டுமா?’

‘விஸ்க்கில பாதி தண்ணி சார்!’

‘போடா! போடா! கான்ஸ்டபிள் இவனை லாக்-அப் ரூமுக்கு அழைச்சுட்டுப்போ. மிஸ்டர் வினோத், நீங்க கோர்ட்டுக்கு வந்து எவிடன்ஸ் கொடுத்தே ஆகணும்!’

ஆறுமுகம் உற்சாகத்துடன் நடந்தான். போலீஸ் நிலையத்தின்
ஒவ்வொரு அறையாக எட்டிப் பார்த்துக்கொண்டே கான்ஸ்டபிளுடன்
சென்றான். படி இறங்கி பேஸ்மெண்ட்டில் கம்பிக்
கதவுகள் பொருத்தி நான்கு லாக்-அப் அறைகள் இருந்தன.
மெலிதான வெளிச்சம்.

'மொத ரூம் வேண்டாங்க. மூத்திர நாத்தம் அடிக்கும்.'

'சரிதான் போடா!' என்ற கான்ஸ்டபிள் அவன் கழுத்தைப் பிடித்து
உந்தித் தள்ள சமாளித்துக்கொண்டான். கடைசி அறை திறக்கப்
பட்டது. சிறிய அறை. அழுக்காக ஒரு தலையணை இருந்தது.
'போர்வை இல்லீங்களா? முன்ன போர்வை கொடுத்துட்டு
இருந்தீங்களே!' என்றான். கான்ஸ்டபிள் அவனை மறுபடி உந்தித்
தள்ள முயற்சிக்க அவசரமாக உள்ளே நுழைந்தான். 'பூட்டிக்
குங்க!' என்றான். ஆறுமுகம் தரையில் உட்கார்ந்தான். 'ஹய்யே!
என் தலைவிதி!' என்று தலையில் அடித்துக் கொண்டான்.
கான்ஸ்டபிள் அவனைப் பூட்டிவிட்டுக் கிளம்பிச் சென்றார்.
ஆறுமுகம் ஐந்து நிமிஷம் அப்படியே உட்கார்ந்தான். மெல்ல
எழுந்தான். கம்பி இடைவெளிகளுக்கு இடையில் கையை
செலுத்தி பூட்டைத் தொட்டுப் பார்த்தான். பெரிய பூட்டு.

ஆறுமுகம் தன் பாண்ட்டில் வலது கால் பாகத்தில் தையல்
மடிப்பில் மறைத்துவைத்திருந்த பொருளை நிதானமாக
எடுத்தான்.

காலை ஒன்பது மணிக்கு டெலிபோன் வந்தது. அப்போது
இன்ஸ்பெக்டர் நவநீத்குமார் ட்யூட்டியில் இல்லை. நாராயண
ரெட்டி இருந்தார்.

'பரமானந்த் ஸ்பீக்கிங்...அந்த ஆள் போன் செய்தான். ஐந்தரை
மணக்கு கபன் பார்க் வருகிறேன் என்று சொல்லியிருக்கிறான்.'

'ஒன் மினிட். எந்த ஆள்! எந்த ஐந்தரை மணி!'

'சரியாப் போச்சு! இன்ஸ்பெக்டர் நவநீத்குமார் இல்லையா?'

'இல்லை. நாராயண ரெட்டி ஸ்பீக்கிங்!'

'உங்களுக்கு கேஸ் தெரியாதா?'

'என்ன கேஸ் சொல்லுங்க!'

'என் ஒய்ஃபுக்கு ஓர் ஆள் திரும்பித் திரும்பி அசிங்கமா போன் செய்துக்கிட்டிருக்கிறான். நவநீத்குமார் வந்து...

'ஒரு நிமிஷம். ஸ்டேஷன் டயரியில் பார்த்த ஞாபகமிருக்கு. ஜஸ்ட் எ மினிட்!'

ரெட்டி ஸ்டேஷன் டயரியைப் புரட்டினான்...

'ஓ எஸ் மிஸஸ் ப்ரேமலதா! அப்நாக்ஷியஸ் கால்ஸ்!

'அதான் சார்! நவநீத்குமார் அவன்கிட்ட நைசாப் பேச்சுக் கொடுத்து ஓர் இடத்துக்கு வரும்படியாக் கூப்பிடச் சொன்னார். கூப்பிட்டாச்சு! அவன் வரப் போறான்! இனிமே நாங்க என்ன செய்யணும்?'

'வீட்டிலேயே இருங்க! நாங்க வரோம்!'

'அஞ்சரை மணிக்கு கபன் பார்க்குக்கு வரதாச் சொல்லி யிருக்கான்!'

'பிடிச்சுறலாம்!'

'நாராயண ரெட்டி டெலிபோனை வைத்துவிட்டு மணியடித்தார்.

'எங்கப்பா நவநீத்?'

'கோர்ட்டுக்குப் போயிருக்கார் சார்?'

'அது என்ன கேஸ் தெரியுமா? மிஸஸ் ப்ரேமலதா?'

'தெரியாது சார்!'

'சர்க்கிளுக்குச் தெரிஞ்சிருக்கும்! அவர் வந்தா எனக்குத் தகவல் சொல்லு. நான் ரவுண்ட்ஸ் போயிட்டு வர்றேன்! சந்தோஷ்ல பிலிம் ஸ்டார்ஸெல்லாம் வராங்களாம். கூட்டம் அதிகமா இருக்கும். நவநீத்குமார் திரும்பி வந்தாத் தகவல் சொல்லு. இந்தக் காகிதத்தை அவர்கிட்ட காட்டு!'

சுனில் மாலை ஐந்து மணிக்கே கபன் பார்க் வந்துவிட்டான். பால்பவன் அருகில் தன் மோட்டார் சைக்கிளை நிறுத்தினான். குழந்தைகள் ரயிலில் பெரியவர்கள் குறுகி உட்கார்ந்துகொண்டு பிரயாணம் செய்ய, சுட்ட சோளம் நெருப்பில் துடிக்க, ஐஸ்

க்ரீம்கள் நக்கப்பட்டு, பலூன்கள் வெடிக்க, கான்க்ரீட் யானை
களின் தும்பிக்கைகளில் குழந்தைகள் சரிய ஊஞ்சல் உற்சாகம்...
சுனில் தன் கைக்கடிகாரத்தைப் பார்த்துக் கொண்டான். ஐந்து
ஐந்து. இன்னும் நேரமிருக்கிறது. அவள் எப்படி வருவாள்?
நடந்தா, ஆட்டோவிலா? வந்ததும் என்ன பேசவேண்டும். என்ன
செய்யவேண்டும். அழைத்துக்கொண்டு சற்று தனியிடமாகச்
சென்றுவிடலாம். இன்றைக்கு எனக்கு மால் வேண்டாம். அவள்
போதும். அவளுடன் பேசப் போவதில் இருக்கும் எதிர்பார்ப்பு
போதும். அதோ அந்த மரத்தடியில் யாருமில்லை. அதன் பின்புற
நிழலில் தனிமை கிடைக்கும். அந்தத் தனிமையில்? அவளைத்
தொட்டுப் பார்க்கலாம். திமிறினால்? திமிறமாட்டாள். அவள்
என்னை அழைத்திருக்கிறாள். அவள்தான் என்னை முதலில்
தொடுவாள். என்னை உட்கார வைத்து தானும் உட்கார்ந்து
என்னைத் தன் மடிமேல் கிடத்திக்கொண்டு தலையை வருடிக்
கொடுப்பாள். அப்படியே வான் நோக்கி அவளை முத்தமிடு
வேன்! அது போதும் இன்று!

சுனில் நடந்து விக்டோரியா ராணி சிலைவரை வந்தான்.
மகாத்மா காந்தி ரோட்டின் ஆரம்பத்தில் சற்று நேரம் நின்றான்.
திரும்பினான். ஒரு வேளை அவள் எதிர்ப்பக்கத்திலிருந்து
வந்தால்... அங்கே போகலாம்...

அப்போது போலீஸ் வண்டி வந்து நிற்பதை கவனித்தான். அதன்
தலையில் ரேடியோ ஏரியல் ஆடுவதையும் ஒன்றிரண்டு
போலீஸ்காரர்கள் இறங்குவதையும் சம்பந்தமின்றிப் பார்த்தான்.
ஒரு இன்ஸ்பெக்டர் அவளருகில் வந்து சற்று அவசரத்துடன்
ஏதோ சொல்வதையும் உடனே அவர் வண்டியில் ஏறிக்கொள்ள
அது புறப்பட்டு சற்று தூரம் சென்று ஒரு மரத்தின் பின்
நிற்பதையும் பார்த்தான்.

ப்ரேமலதா மெல்ல பால்பவன் வாசலை நோக்கி நடப்பதைக்
கவனித்தான்.

7

ப்ரேமலதா பதட்டத்துடன் இங்கும் அங்கும் பார்த்துக் கொண்டு நடந்து செல்வதை சுனில் கவனித்தான். யோசித்தான். அப்படியா செய்தி! போலீஸ் உதவியை நாடுகிறாயா? இரு... உன்னை என்ன செய்கிறேன்.

சுனிலுக்கு ஒரு விகல்பமான கணத்தில் பரபரப்பாக, ஏன் உற்சாகமாகக்கூட இருந்தது. போலீஸின் மூக்கடியிலேயே நிற்கிறேன். அவர்களுக்கு என்னை யாரென்று தெரியாது. அவளுக்குத் தெரியாது. த்ரில். பழிவாங்குமுன் அவர்களை கேலி செய்யவேண்டும்.

எப்படி?

சுற்றிலும் பார்த்தான். பால்பவன் சிறுவர் நாடக நோட்டீஸ் ஒன்று கிடந்தது. அதைப் பொறுக்கித் தன் பையில் இருந்து பால்பாயிண்ட் பேனா எடுத்து மடிமேல் வைத்து...

'என்னடி? என்னைப் பிடிப்பது அவ்வளவு சுலபமா? '.......ளே' உன்னையும் உன் பெண்ணையும் சேர்த்து வைத்து என்ன செய்கிறேன் பார்...'

எழுதி மடித்து கரும்புச்சாறுக்குப் பக்கத்தில் இருந்த சோக்ரா பையனை அழைத்து அவன் கையில் ஒரு ரூபாய் அழுத்தி 'அதோ போறா பாரு. மஞ்சள் புடைவை அம்மா, அவகிட்ட இதைக் கொடுத்துடு' என்று விழி விரித்த அந்தச் சிறுவனை அனுப்பினான்.

சுனில் கூட்டத்தில் கலந்துகொண்டு புல்வெளி கடந்து நடந்து வெளியே வந்தான். பையன் அவளைத் தொட்டு கடிதத்தைக் கொடுப்பதையும், அவள் யார் என்று கேட்பதையும் கவனித் தான். இருவரும் எங்கே அவன் என்று விழிப்பதும் ப்ரேமலதா கடிதத்தைப் பிரிப்பதும் படிப்பதும்... தெரிந்தது.

சுனில் சந்தோஷத்துடன் சோளக்கொண்டை வாங்கிக் கடித்துக் கொண்டு போலீஸ் வண்டி நின்றுகொண்டிருந்த இடத்துக்கு வந்து அங்கு வேடிக்கை பார்த்துக்கொண்டிருந்த பத்து பேர்களுடன் சேர்ந்துகொண்டான்.

ப்ரேமலதா பரபரப்புடன் அவர்களை நோக்கி வருவது தெரிந்தது.

'என்னம்மா வந்தானா?'

'என்ன ப்ரேமா?'

'போச்சு! காரியம் கெட்டுப் போச்சு! இதைப் படிங்க.'

'இவன்தான் கணவனா!

'பாஸ்டர்ட். இன்ஸ்பெக்டர் இதைப் பாருங்க.'

சுனில் சோளமுத்துக்களை உதிர்த்து சாப் சாப் என்று மென்றான்.

'இதை யாரும்மா கொடுத்தது?'

'ஒரு சின்னப் பையன்.'

'அவன் கிட்ட யாரு கொடுத்ததாம்?'

'தெரியாது, அதுக்குள்ள அவன் கிளம்பிப் போயிட்டான் போல இருக்கு! இந்த விபரீதம் வேண்டாம்னு சொன்னேன் கேட்டீங் களா? டெலிபோனைப் பிடுங்கி எறிஞ்சுடலாம்னு சொன் னேனே!'

'இரு ப்ரேமா! இன்ஸ்பெக்டர் என்ன சொல்றீங்க?'

'சீக்கிரம் என்கூட வாங்கம்மா. அந்தப் பையன் யாரு? காட்டுங்க. அவன்கிட்ட விசாரிக்கலாம். ஆள் டிஸ்க்ரிப்ஷன் கிடைக் கலாம்...'

'நான் வரலை... நான் வரலை.'

'வாங்கம்மா! ஏதாவது க்ளூ வேண்டாமா?'

'நான் சொல்லலை? ஒரு பர்லாங் முன்னாடியே இறங்கி தனியா நடந்து வந்திருக்கணும்னு... எல்லாம் ஸ்பாயில் ஆயிடுத்து. விஷயம் சிக்கலாய்டுச்சு!'

'ஒண்ணும் ஆகலை மிஸ்டர்! அம்மா நீங்க வாங்க. கொஞ்சம் கோ-ஆப்பரேட் பண்ணுங்க. மிஸ்டர் பரமானந்த், அவங்களுக்கு தைரியம் சொல்லுங்க. நீங்களும் கூட வாங்க!'

'ப்ரேமா வா! ட்ரை பண்ணலாம். தும்பைவிட்டு வாலைப் பிடிக்கிற சமாசாரம் இது, சேச்சே...'

அவர்கள் மறுபடி பால்பவன் செல்ல, சுனில் தன் மோட்டார் சைக்கிளை நோக்கி நடந்தான். அவர்கள் விசாரித்துவிட்டு வீட்டுக்குவர அரைமணியாவது ஆகும்... அதற்குள்! ஒரு சின்ன எச்சரிக்கை தரலாம்!'

சுனில் மோட்டார் சைக்கிளை உதைத்து ஏறிக்கொண்டு ப்ரேமலதாவின் வீட்டுக்குச் சென்றான்.

நிருபதுங்கா ரோடில் பழைய கட்டடத்தை இடித்துப் புதிதாக மாஜிஸ்ட்ரேட் கோர்ட் மூன்று மாடி இன்னும் கட்டி முடிய வில்லை. அதற்குள் அத்தனை கோர்ட்டுகளும் வந்து ஒண்டிக் கொண்டுவிட்டன. குழப்பம். வாசலில் கற்களும் கார்களும் இரைந்துகிடக்க மண் மேடுகளைத் தாண்டி, மர நிழலில் கைதிகள் நிரம்பிய இரண்டு போலீஸ் வண்டிகளைக் கடந்து, சற்று காற்றோட்டமான காரிடார்களில் நடந்து, முதல் மாடியில் இருந்த மூன்றாவது மெட்ரோபாலிடன் மாஜிஸ்ட்ரேட் கோர்ட்டுக்கு கான்ஸ்டபிள் பின்னாலேயே நடந்து சென்றான் ஆறுமுகம்.

நிறையப்பேர் காத்திருந்தார்கள். ஆறுமுகம் எட்டிப் பார்த்தான். நீண்ட ஹாலில் மகாத்மா காந்தி மாஜிஸ்ட்ரேட்டைப் பார்த்துக் கொண்டிருந்தார். சுவர் ஓர பெஞ்சுகளில் வரிசையாக பல பிரஜைகள் சட்டம் கூப்பிடக் காத்திருந்தார்கள். நடுவே லாட வடிவ மேஜைக்கு முன் லாயர்கள் காது குடைந்து கொண்டிருந் தார்கள். கட்டுக்கட்டாக கேஸ்களிலிருந்து தேர்ந்தெடுத்து

உற்சவமூர்த்தி ஸ்தானத்தில் நின்றுகொண்டிருந்த பெஞ்சு கிளார்க் ‘அப்பாஜி அப்பாஜி’ என்று கூப்பிட, வாசல் சேவகன் ‘அப்பாஜி’ என்று எதிரொலிக்க, அப்பாஜி உள்ளே சென்று மாஜிஸ்ட்ரேட் முன் அப்பாவித்தனமாக நிற்க, கிளார்க் ‘எண்ட்டு ஹத்து எம்பத்து’ என்று சொல்ல அப்பாஜி ஞானோதயம் பெற்றவன்போல் சம்மதித்துவிட்டு உடனே விலக, ஆறுமுகம் தன் கான்ஸ்டபிளைப் பார்த்து, ‘உங்க மகளுக்குக் கல்யாணம் ஆயிடுச்சா?’ என்றான்.

‘ரெண்டாவது பிரசவம்’ என்றார் அவர். ‘இரு போயிடாதே’ சர்க்கார் ப்ராசிக்யூட்டரிடம் சென்று கான்ஸ்டபிள் காகிதங் களைக் கொடுக்க, அவர் சோம்பேறித்தனமாக அதை வாங்கிக் கொள்கையில், கோர்ட் கிளார்க் ‘சிக்பேட்டை போலீஸ்! ஸ்ரீதேவி, ரஜினி, குமாரி, மேனகா’ என்று கூவினார்.

நான்கு பெண்கள் தலை குனிந்து வந்து மாஜிஸ்ட்ரேட் எதிரில் நிற்க, அவர் தன் கண்ணாடியைச் சரித்துக்கொண்டு மேல் பார்வை பார்த்து ‘ஏனம்மா!’ என்றார். பக்கத்தில் பேசினார், எழுதினார்.

‘ஹத்தொம்பத்து - ஹத்து எம்பத்து.’

அந்தப் பெண்கள் உடனே வெளியே வந்தார்கள்.

ஆறுமுகம் ‘ஏய் குமாரி!’ என்றான். அவர்களில் ஒருத்தி திரும்பிப் பார்த்து,

‘அட ஆறுமுகம்! எங்க இந்தப் பக்கம்?’

‘நம்ம கேஸ்!’ என்றான். ‘நீ எங்கே?’

‘நான்கூட கேஸ்தான். பத்தொம்பதாம் தேதி வாய்தா போட்டிருக் காங்க. சும்மா ரெய்டு ரெய்டுன்னு உயிரை வாங்கறாங்கய்யா. நிம்மதியாத் தொழில் நடத்த விடமாட்டாங்க...’

‘சைலன்ஸ்!’

‘வெளியே வா!’ கோர்ட் ஹாலுக்கு வெளியே வந்தார்கள்.

‘நல்லா இருக்கியா? தாடி மீசை எடுத்ததுல அடையாளம் கண்டுபிடிக்க முடியல! என்ன ரொம்ப நாளா ஆளைக் காணம்? செயிலுக்குப் போயிருந்தியா?’

'இல்லை கிராமத்துக்கு... இப்ப உன் பெயர் குமாரியா?'

'உக்கும்! நல்லால்ல?'

'ம்!' இரண்டு வருடத்தில் மாறித்தான் இருந்தாள்! சட்டை, பாண்ட், ரெட்டைப் பின்னல். முகத்தில் லேசாகப் பரு. வாய் திறந்து பேசாமல் மட்டும் இருந்தால் காலேஜ் பெண் என்று சொல்லிவிடலாம்.

'ட்ரெஸ்ஸெல்லாம் வேற மாதிரி இருக்கே!'

'இப்ப இதான் கேக்கறாங்க கஷ்டமருங்க...'

'உங்கப்பாரு எங்க?'

'ச்! செத்துட்டாரு' என்றாள் அலட்சியமாக.

'தங்கச்சி?'

'இஸ்கோல் போவுது. அடுத்த வருசம் கூட்டியாரலாம்னு இருக்கேன். ஆமா, நீ எங்கே? திருட்டா?'

'இல்லை, ஒரு சின்ன கலாட்டா ஓட்டல்ல!'

'நான் வரட்டுமா?'

'நீ எங்கே இருக்கே?'

'விசயலட்சுமிக்கு பின்னால சந்து... பெயிண்ட்டுக்கடை இல்லே அதுக்கு பீச்சாங்கைப் பக்கத்தில சவிதா லாட்ஜுன்னு யார் கேட்டாலும் சொல்லுவாங்க.'

'நான் வரட்டுமா?'

'வா, வா! மத்தியான வேளைல வா! சாயங்காலம் வராதே. என்ன? வரேன்!' என்று கிளம்பியவள் எதிரே இன்ஸ்பெக்டரைப் பார்த்து, 'நமஸ்காரா எஜ்மான்ரே!' என்றாள்.

'ஏனம்மா?'

'கேஸு!' என்று சிரித்துவிட்டு துள்ளிக்கொண்டு 'ராம்மா பீமாவரம் ரமணம்மா!' என்று 'ஸ்ரீதேவி'யை அழைத்துக் கொண்டு சென்றாள்.

ஆறுமுகம் சிரித்துக்கொண்டான்.

'உப்பார்பேட் போலீஸ்! ஆறுமுகம் ஆறுமுகம்!'

ஆறுமுகம் மாஜிஸ்ட்ரேட் எதிரில் போய் நின்றான். அவனைப் பார்த்து 'ஐ ஹவ் ஸீன் திஸ் ஃபெல்லோ!' என்றார்.

'என்னப்பா கன்னடா பருத்ததா?'

'ஸொல்ப்பனே சார்!'

'தமிழா?'

'ஆம்மா சார்!'

'ப்ராஸ்ட்டிட்யூட்ஸ் எல்லாம் ஆந்திரா, பிக் பாக்கெட்ஸ் எல்லாம் தமிள்!' என்று ப்ராசிக்யூட்டரிடம் சொல்லிச் சிரித்துவிட்டு 'ம்... என்ன கேஸ்?' என்றார்.

'யூஷுவல் சார். நைண்ட்டி டூ ஒ அண்ட் பி!'

'ஏனய்யா கலாட்டா செஞ்சே?'

'இல்லை சார், ஹோட்டல்காரங்க வந்து...'

'அதெல்லாம் இருக்கட்டும். முப்பது ரூபா அபராதம் கட்றியா இல்லே ஜெயிலுக்குப் போறயா?'

'கட்டிடறேன் சார்.'

'பணோம் இருக்கா?'

'இருக்கு சார்.'

'பாக்கெட் அடிச்சியா?'

'ஹி ஹி, இல்லை சார்!'

'ஹி இஸ் எ நோன் டிஃபால்ட்டர் சார்!'

'அப்படியா அதான் நான் பார்த்திருக்கேன்னு சொல்லலை? இதப் பாரு ஆறுமுகம்! ஸ்டாம்பு ஒட்டி காகிதத்தில் 'இனிமே தப்புதண்டா செய்யமாட்டேன்னு எளுதிக் கொடுக்கணும். மறுபடியும் வரியா?'

‘வரமாட்டேன்... புத்தி!’

‘போ!’

வெளியே வந்து கான்ஸ்டபிளிடம் ‘சிகரெட் இருக்கா?’ என்றான்.

‘மகா, என்கிட்டயே சிகரெட் கேக்கறியா?’

பிரபாகர் ராவ் ப்ரஸன்னாவை நம்பிக்கையின்றிப் பார்த்தார். இவனா! இவனையா அந்தப் பெண் ரேகா விரும்புகிறாள்! கடவுளே, என்ன ஒரு ஹாஸ்யம் இது? ப்ரஸன்னாவிடம் அபரிமிதமாக இருந்தது தலைமயிர் மட்டும்தான். மற்ற உடல் அமைப்பு முழுவதும் சிக்கனமாக இருந்தது. சின்ன நெற்றி, சின்ன மூக்கு. சுண்டினால் விழுந்துவிடக் கூடியவன்போல், ப்ரோட்டின் விட்டமின் எல்லாமே குறைச்சலாக ஒரு வயசுக்கு அப்புறம் புஷ்டி எடுக்க மறந்துவிட்டவன்போல் கச்சிதமாக இருந்தான். தோளில் பை, பை நிறையப் புஸ்தகங்கள், லட்சணத்துக்குக் கண்ணாடி வேறு.

‘நீதானே ப்ரஸன்னா?’

‘ஆம்.’

‘சந்தேகமாக இருக்கிறது. ரேகா உன்னைப்பற்றித்தானே...’

‘ஆமாம் சார்’ என்று சிரித்தான். குரல் நன்றாக இருந்தது. புத்தகத்தின் தலைப்பைப் பார்த்தார். The Meaning of Meaning.

‘சொல்லு! ரேகாவை ஏன் கல்யாணம் செய்துகொள்ளப் பார்க்கிறாய்?’

‘நான் அவளை, அவள் என்னைக் காதலிப்பதால்! சிம்பிள்!’

‘காதல்ங்கறது செண்டிமென்டல் மீஸில்ஸ்னு சொல்வாங்க!’

‘சொன்னது சார்லஸ் கிங்ஸ்லி!’

‘நிறையப் படிப்பியா?’

‘ஆமாம் சார்!’

‘அவளும் நிறையப் படிப்பாளா?’

'ம்ஹூம்...அவளுக்கும் சார்லிபிரவுன் காமிக்ஸுக்கு மேல வேண்டாம். அமர் சித்ர கதா அண்ட் ஆல் தட்! சார் நீங்க போலீஸ் ஆபீசர், பெரிய ஆள்! எதுக்காக என்னைக் கூப்பிட்டிருக்கிங்க. நான் ஏதாவது குற்றம் செய்தேனா?'

'சட்டப்படி குற்றம் செய்யலை. ஆனா ஒரு அப்பா அம்மாவை ரொம்ப மனவருத்தத்துக்கு உள்ளாக்கி இருக்கிறாய். அது ஒரு வகையில் குற்றமில்லையா? இதப்பார் ப்ரஸன்னா! நீ சின்னப் பையன். நிறையப் படிச்சவன் மாதிரி தெரியுது. எந்த பிரச்னையை யும் நீ நல்லா, தீர்மானமா அலசக்கூடியவன்னு தோணுது. நீங்க ரெண்டு பேரும் கல்யாணம் செய்துக்கிட்டா அது பொருத்தம்னு நினைக்கிறாயா?'

'பொருத்தம்னா நீங்க என்ன சொல்றீங்க?'

'நீ என்ன சொல்றே? அதான் பேச்சு!'

'இதப் பாருங்க!' மேஜைமேல் கட்டுக்கட்டாக நீலத்தாள்களில் எழுதப்பட்ட கடிதங்களை எறிந்தான். அதில் மேலாக ஒன்றைப் பிரித்துப் பார்த்தார்.

'என் உயிருக்கு உயிரான என் சொந்த எனக்கே எனக்கான ப்ரஸன்னா!'

'இது எப்படி சாத்தியம்? இவனிடம் அப்படி என்ன சக்தி இருக்கிறது! ஏதாவது வசியமா? ஹிப்னாடிஸமா?

'நம்பவே முடியவில்லை!'

'ஸாரி! நீங்க வெளி உலகத்துத் தோற்றங்களையும் பொருத்தங்களையும் வில்ஸ் ஃபில்டர் விளம்பரங்களையும் வெச்சு எங்களை மதிப்பிடுகிறீர்கள். அதுதான் தப்பு. ரேகா என் உள் மனத்தின் அழகை எப்படியோ பார்த்து விட்டாள்.'

'நான்சென்ஸ்!'

'உங்களுக்குப் புரியவே புரியாது!'

'நீ அந்தப் பெண்ணைக் கல்யாணம் பண்ணிக்கிட்டா அப்புறம் நடக்கக்கூடிய சம்பவங்களை யோசிச்சுப் பார்த்தியா?'

'வி வில் பி வெரி ஹாப்பி! எனக்கு இன்னும் பதில் வரலியே?'

'என்ன?'

'நான் அவளைக் கல்யாணம் செய்துக்கறது சட்டப்படி குற்றமா?'

'இல்லை!'

'தாங்க்ஸ்! குற்றம்ங்கறது என்ன? Crimes are public wrongs affecting the entire community... ப்ளாக்ஸ்டோன் சொல்லியிருக்கான்! நாங்க கல்யாணம் பண்ணிக்கிட்டாத்தான் குற்றம். வரேன்!' என்று கிளம்பிச் சென்றான்.

பிரபாகர் ராவ் சற்று அதிர்ச்சியுடன் வீற்றிருக்க டெலிபோனின் பஸ்ஸர் ஒலித்தது.

'யாரப்பா?'

'சார், மிஸ்டர் பரமானந்தம். ப்ரேமலதாவின் கணவராம்.'

'சரி போடுங்க!'

'சொல்லுங்க மிஸ்டர் பரமானந்த், பிரபாகர் ராவ் ஸ்பீக்கிங்!'

'கமிஷனர் சார், உங்க டிப்பார்ட்மெண்ட் கோட்டை விட்டுட்டாங்க!'

'அப்படியா! என்ன ஆச்சு?'

பிரபாகர் ராவ் நிதானமாகக் கேட்டார். ப்ரஸன்னாவிடமிருந்து ப்ரேமலதாவுக்குத் தாவ சற்று சிரமமாக இருந்தது. அடிக்கடி அந்த பஞ்சாபிப் பெண் ரேகாவின் முகம் குறுக்கிட்டது.

'வீட்டுக்கு வந்திருக்கான் சார். கதவுக்கடியில் ஒரு குறிப்பு எழுதி வெச்சுட்டுப் போயிருக்கான்... யு மஸ்ட் ஸீ இட்! ஹாரிபிள்! ஷி இஸ் டெர்ரிஃபைட்! இந்த நகரத்தின் உதவி கமிஷனர் நீங்க, ஒரு மனைவியால சுதந்தரமாக நடமாட முடியாம...'

'ஓகே! ஓ.கே! நானே இதை பர்ஸனலா கவனிக்கிறேன்! டோன்ட் ஒர்ரி, ஐ வில் கெட் ஹிம்' என்றார்.

8

மறு தினம் காலை பிரபாகர் ராவின் அலுவலக அறைக்கு சர்க்கிள் இன்ஸ்பெக்டர் ராஜசேகரப்பா, இன்ஸ்பெக்டர் நவநீத்குமார், ரெட்டி மூவரும் சென்றிருந்தார்கள். கமிஷனருக்கு முன் உட்கார மறுத்தார்கள். ராஜசேகரப்பா சற்று பயத்துடன் அல்லது பயபாவத்துடன் பிரபாகர் ராவின் அடுத்த கேள்விக்குக் காத்திருந்தார். ரெட்டியும் சற்று நெர்வஸாகத்தான் இருந்தார். நவநீத்குமாரின் முக பாவத்தில்தான் அதிக சலனமில்லை.

'சொல்லுங்க நவநீத்! என்ன நடந்தது? ஏன் அவனைப் பிடிக்க முடியலை உங்களால?'

'அவசரம் சார்.'

'நீங்க போகலையா?'

'இல்லை சார். நான் கோர்ட்டுக்குப் போயிருந்தேன். ரெட்டிதான் போயிருந்தார்.'

'என்ன ரெட்டி?'

'போலீஸ் வந்தது அவனுக்குத் தெரிஞ்சு போச்சு சார்' என்றார் ராஜசேகரப்பா.

'எப்படி?'

நவநீத்குமார் குறுக்கிட்டு 'மஃபிடியில போகாம வேனை எடுத்துக்கிட்டு தடதடன்னு புயல் மாதிரி நுழைஞ்சா எவனாவது பிடிபடுவானா?'

'அப்படியா?'

ரெட்டி, 'ஸாரி, எனக்கு இன்ஸ்ட்ரக்ஷன் சரியா இல்லை. ஸ்டேஷன் டயரில எண்ட்ரியைப் பார்த்து அதில் இருந்த சொற்ப விவரங்களை வைத்து...'

'என்னைக் கேட்டிருக்கலாமே மிஸ்டர் ரெட்டி!'

'நீங்க இருந்தாத்தானே.'

'அன்னிக்கு நான் இல்லை. அதுக்கு முத நாள்? அதுக்கு முத நாள்?'

'சரி சரி சண்டை போடாதீங்க.'

கமிஷனர் அந்தக் கடிதத்தைப் பார்த்தார்.

'இந்தக் கடிதம் எங்கே இருந்தது?'

'வீட்டுக்குத் திரும்பியதும் கதவுக்கு அடியில் இருந்ததாம்' என்றார் ராஜசேகரப்பா.

'உறையில் இட்ட கடிதத்தை எடுத்துப் பார்த்தார். காகிதத்தின் நடுவில், I won't leave you, you bitch! என்று எழுதியிருந்தது.

'நானும் உன்னைவிடப் போவதில்லை' என்று புன்னகைத்தார் பிரபாகர் ராவ்.

'ராஜசேகரப்பா, இந்தக் கடிதத்திலிருந்து உங்களுக்கு ஏதேனும் தெரிகிறதா?'

'அதிகம் செய்தி இல்லை சார்.'

'நிறைய இருக்கிறது. நீங்க ஃபாரன்ஸிக் சயன்ஸ் ட்ரெயினிங் எடுத்துக்கொண்டிருக்கிறீர்கள். இல்லையா? இந்த வரியைப் பாருங்கள். இடைவெளி - பணத்தில் செலவாளி. won't என்பதின் அபாஸ்ட்ரஃபீ எவ்வளவு தள்ளி விழுந்திருக்கிறது பாருங்கள். அலட்சிய சுபாவம் உள்ளவன்! வரி கீழ்நோக்கிச் செல்லுகிறது

பாருங்கள். மனவலிமை இல்லாதவன். வாழ்க்கையில் ஆதங்கம் இல்லாதவன். ராஜசேகர், எங்கே ஒரு காகிதத்தில் இதே வாக்கி யத்தை எழுதிக் காட்டுங்கள் பார்க்கலாம்?'

'அய்யய்யோ வேண்டாம் சார்!' ராஜசேகர் தயக்கத்துடன் புன்னகைத்தார். பயப்படாதீர்கள். நான் உங்களைச் சந்தேகப்பட வில்லை. ஒன்றை நிரூபிக்க விரும்புகிறேன்.'

ராஜசேகரப்பா எழுதினார்!

I won't leave you.

'நவநீத்குமார், நீங்கள்?'

நவநீத்குமார் அதன்கீழ் எழுதினார்.

I won't leave you.

'பாருங்கள், மூன்று பேர்களின் கையெழுத்துக்கள் மூன்றும் எவ்வளவு வித்தியாசப்படுகின்றன? ராஜசேகரப்பா, நீங்கள் சித்திரம் வரையக்கூடியவர் என்று நினைக்கிறேன்.'

'எப்படி சார் தெரிந்தது!' என்று ஆச்சரியத்துடன் கேட்டார்.

'நீங்கள் எழுதும் எழுத்து கொஞ்சம் அரிதானது. ஆர்ட்டிஸ்டிக் வகை ஆசாமிகள் மட்டுமே அப்படி எழுதுவார்கள்.'

'வேறு என்ன தெரிகிறது சார்?' என்றார்.

'உங்கள் கையெழுத்தை அப்புறம் அலசலாம், இப்போது முக்கியம் அவன்தான்! அந்தக் கவரைக் கொடுங்கள்' என்று உறையை மிக நுணுக்கமாக ஆராய்ந்தார். போலீஸ் அதிகாரிகளான நாம் மிகச் சிறிய விஷயங்களைக்கூட கவனிக்க வேண்டும். நம் நண்பனைப் பற்றி இப்போது நமக்கு எவ்வளவு விஷயம் தெரிகிறது பாருங்கள். அவன் இளைஞன். குரலில் தெரிகிறது என்று மிஸஸ் ப்ரேமலதா சொன்னார்கள். அவன் பெயர் எஸ் எழுத்தில் ஆரம்பிக்கிறது. அவன் பணக்காரனாக இருக்கலாம்.'

'எப்படிச் சொல்கிறீர்கள்?'

'எழுத்தின் மிகப் பெரிய ஆனால் பளிச்சென்ற தன்மையைப் பாருங்கள். மேல் நாட்டு பால்பாயிண்ட் பேனா!'

'ரிமார்க்கபிள் சார்' என்று ராஜசேகர் ஐஸ் வைத்தார்.

'நிறையச் செலவழிப்பவனாக இருக்கலாம். தாய் தந்தையர் செல்லமாக இருக்கலாம்... இதனால் ஒரே மகனாக இருக்கலாம். ஜஸ்ட் எ மினிட். வாட் இஸ் திஸ்!'

பிரபாகர் ராவ் கடித உறைக்குள் ஒரு ஓரத்தில் சற்று பழுப்பாக இருந்த மிகச்சிறிய துகள்களை ஜாக்கிரதையாக ஒரு காகிதத்தில் சேகரித்தார். நான்கைந்து துகள்கள்தான் இருக்கும். இது என்ன?'

ராஜசேகரப்பா பார்த்து, 'சிகரெட் புகையிலையாக இருக்கலாம்' என்றார்.

'இல்லை. இவ்வளவு நுட்பமாக இருக்காது.' காகிதத்தை அதி பத்திரமாக மடித்தார். 'இதை லாபுக்கு பரிசோதனைக்கு அனுப்புங்கள். கடிதத்தையும் அனுப்புங்கள். லேட்டஸ்ட் ப்ரிண்ட்ஸ் இருக்கிறதா என்று பார்க்க.

'எஸ் சார்.'

'அந்த வீட்டைக் கண்காணியுங்கள். ஒன்றிரண்டு முறை அங்கு வந்து அவளைப் பார்த்திருக்கிறான் என்பது தெரிகிறது.'

'எஸ் சார்.'

'மிஸ்டர் ரெட்டி! உங்களுக்கு ஒரு சின்ன அட்வைஸ். அவசரத்தால் பாழாய்ப்போன கேஸ்கள் ஏராளம். நிதானம் வேண்டும். பொறுமை வேண்டும். யோசிக்க வேண்டும். சுலபமாக அவனைப் பிடித்திருக்கவேண்டிய ஒரு வாய்ப்பை இழந்து விட்டீர்கள்.'

'ஸாரி சார்.'

'எங்கே போகிறான், பிடித்துவிடலாம்.'

மாலை மூன்று மணிக்கு சிக்பேட்டை கடைத்தெருக்களில் அதிக சலனமில்லை. விஜயலட்சுமி தியேட்டருக்குப் பக்கத்தில் அந்தச் சந்தில் ஆறுமுகம் நுழைந்து அந்த பெயிண்ட் கடையைத் தேடிக் கொண்டே நடந்தான். நின்றான். இதுதான். மாடிப் பக்கம் பார்த்தான். பெரிய பலகை பால்கனியை மறைத்தது. சவீதா லாட்ஜ் என்று ஒரு அழுக்கு போர்டு சின்னதாக ஓரத்தில்

மறைந்திருந்தது. இந்த இடம்தான். பக்கவாட்டில் காரை பெயர்ந்த மாடிப்படிகளில் ஏறினான். படிகளின் முடிவில் ஸ்டூல் போட்டு சிறுவன் உட்கார்ந்திருந்தான். ஆறுமுகத்தைப் பார்த்ததும் 'ரூம் காலி இல்லை. எல்லாம் ஃபுல்லுங்க' என்றான். 'சரிதாண்டா' என்று ஆறுமுகம் அவன் தலையில் விரல்களால் கிரீடம் வைத்துவிட்டு உள்ளே சென்றான். பிரவேசத்தில் ஒரு லாட்ஜுக்கு உண்டான பாசாங்குகள் இருந்தன. தங்கியிருப் பவர்கள் விலாசச் சீட்டு செருக ஒரு பலகை. அறை எண்களின் கீழ் ஆணி மாட்டி சாவிகள். மேஜை. திருப்பதி வெங்கடேஸ்வர ருக்கு மஞ்சள் பல்பு. ரிஜிஸ்டர். ஊதுபத்திப் புகை. மேஜையில் ஒருவரும் இல்லை.'

'எங்கடா குட்டிங்கள்லாம்?'

'எல்லாம் தூங்குதுங்க.'

'எவ்ள பேர் இருக்காங்க?'

'அது இருக்குதுங்க, இருவது இருவத்தஞ்சு.'

'மேனேஜர்?'

'சாப்பிடப் போயிருக்காரு.'

ஆறுமுகம் இரண்டு ரூபாய் நோட்டு ஒன்றை எடுத்துக் காட்டி அவனிடம் கொடுத்து, 'உள்ளே போயி குமாரின்னு ஒரு பொண்ணு இருக்குது. ஆறுமுகம் கூப்டதா கூட்டிவா.'

'கஷ்டமருங்களா நீங்க.'

'இல்லை உறவு, ஓடுறா.'

பையன் திரையை விலக்கி கதவைத் திறந்து உள்ளே ஓடினான். திறந்த கதவின் ஊடே அழுக்குப் படுக்கைகள் வரிசையாக ஆஸ் பத்திரி போல் தெரிந்தன. சுத்தமாக ராத்திரிக்குக் காத்திருக்கும் பிரதேசம். ஆறுமுகம் சற்று நேரம் காத்திருந்தான். கையில் சினி எக்ஸ்பிரஸ்ஸுடன் குமாரி வெளிப்பட்டாள். 'சொல்லி வெச்சாப்பல வந்துட்டியே' என்றாள். பாவாடை, தாவணி அணிந்திருந்தாள். உதட்டில் லிப்ஸ்டிக்கோ, கன்னத்தில் பவுடர் தீற்றோ இல்லாமல் வெறுமென இருந்தாள். ஆறுமுகத்தை 'என்ன விஷயம்?' என்று கேட்டுச் சிரித்தாள்.

'என்கூட வர்றியா?'

'பகல்ல நான் வெளிய வர்றதில்லையே?'

'தனியாத்தானே வரமாட்டே, என்கூட வாயேன்.'

'அக்கா டீ வாங்கிட்டு வரவா?'

'வேண்டாம்டா. எங்க போகணும்?'

'சும்மா எங்க வேணா.'

'காசு தரியா?'

'அதுக்கென்ன?'

'இருட்டறதுக்குள்ளே திரும்பிறலாமா?'

'ஆவட்டும்.'

'நீங்க போங்கக்கா. நான் மேனேஜர்கிட்ட சொல்லிக்கிடறேன்.'

'இரு ஆறுமுகம், போயிடாதே! டிரஸ் மாத்திட்டு வந்துர்றேன்'
என்று இங்கிருந்தே தாவணியைக் கழற்றிக்கொண்டு உள்ளே
சென்றாள்.

'உனக்கு என்னடா சம்பளம்?' என்றான் ஆறுமுகம்.

'சாப்பாடு போட்டு ஒரு நாளைக்கு ஒரு ரூபாய்ங்க.'

'என்ன வேலை?'

'ஸ்டூல் மேல் உட்கார்ந்துக்கிட்டு சும்மா வெளிய பார்த்துக்
கிட்டிருப்பேன். போலீஸ் வந்தா மணியடிப்பேன்.'

'மணியடிச்சா என்ன ஆகும்?'

'எல்லாப் பொண்ணுங்களும் எகிறிக் குதிச்சு ஓடியே போயிடு
வாங்க. தமாசு!'

'எந்த ஊர்றா நீ?'

'இந்தூர்தாங்க. தம்பி கலாசிபாளையம் பிராஞ்சில இருக்காங்க.
அட ஷோக்கா இருக்கியே அக்கா!' - குமாரி மாறிப்போய்

வெளியே வந்தாள். சட்டை பாண்ட், தலைவாரல், வெயில் கண்ணாடி. 'வாங்க போகலாம்.'

'உன் பேரு சீதாலட்சுமிதானே!'

'ஆமா. கோர்ட்டில குமாரின்னு கொடுத்திருக்கேன்.'

'எத்தனை வாட்டி கோர்ட்டுக்குப் போயிருக்க?'

'மூணு நாலு தபா.'

'ஜெயிலுக்கு?'

'போனதில்லை. வக்கீலு பத்து ரூபாய்க்கு தப்பிச்சுக் கொடுத்துருவாரு. நீ?'

'ரெண்டு வருசம். ஒருநாளைக்கு என்ன சம்பாதிப்பே?'

சாலையில் நடந்தார்கள். 'ஐஸ்கிரீம் வாங்கித்தரயா?'

ஐஸ்கிரீம் கோனை நக்கிக்கொண்டே பேசினாள். 'பதினைஞ்சு ரூபா தேறும்! நேத்து ஒரு ஆளு வந்து, 'ஒண்ணும் வேண்டாம், விளக்கைப் போட்டுட்டு அவுத்துப் போடு'ன்னான். பேச்சுக்கு மேல இருபத்தஞ்சு குடுத்தான். என்னை வெச்சுக்கிட்டு பாட்டு எழுதினான். என்னவோ புதுக்கவிதையாமே! 'இடி இதயத்தில் தானே இங்கே ஏன் மழை'ன்னு. தலைப்பு கண்ணீராம்! அப்புறம் அழுதான்!' ஒரு போலீஸ்காரரைப் பார்த்து 'நமஸ்காரா!' என்று மோகனமாகச் சிரித்தாள். சந்தோஷ் வாசலில் நடந்தார்கள். 'இந்தப் படம் போலாமாய்யா? இன்னொரு முறை பார்க்கணும். ரேகான்னா எனக்கு உசிரு.'

'நீகூட அவ மாதிரி கொஞ்சம் இருக்கே.'

'ஹய்ய்! உடான்ஸு உடறே! ஆமா நீ என்னதான் செய்யப் போறே? என்கிட்ட காதல் பண்றியா?'

'அப்படித்தான் வெச்சுக்கயேன்!'

'எத்தினி நிமிஷம்?'

'நீ சொல்லேன்.'

கடையில் கண்ணாடிக்குப்பின் இருக்கும் ஜாலங்களை அகலக் கண்களில் வியந்தாள். ஒரு மெர்க்குரி விளக்கு பக்பக் என்று பற்றிக்கொள்ளப் பிரயத்தனப்பட்டுக்கொண்டிருந்தது. 'ஒரு கஷ்டமரு ஞாபகம் வரது!' என்றாள்.

போஸ்ட் ஆபீசைப் பார்த்ததும் 'அட! மறந்துட்டன்யா! பணம் அனுப்பணும். உங்கிட்ட நூறு ரூபா இருக்கா?' என்றாள்.

'ரூம்ல இருக்கு.'

'ரூமுக்கு வரவா?'

'இல்லை, நீ விலாசம் கொடு. நான் அனுப்பறேன்.'

'அப்புறம் வாங்கிக்கறியா?'

'சரி.'

'நான் பார்த்துக்கிட்டே வரேன், என்னை இதுவரைக்கும் நீ தொடவே இல்லையே ஏன்!'

'ஏன்?'

'வர்றவங்க எல்லாம் முதல்ல தொட்டுட்டுத்தான் அப்புறம் பாப்பாங்க!'

'ஒரு நா எல்லாத்தையும் வுட்டுறேன்...'

'வெந்த கடலை வாங்கித் தரியா?'

'என்கூட வந்துறேன்!'

'குறுக்கே போயிரலாமா! இந்தப் பக்கம் கூட்டமா இருக்குது. ஆமா, என்ன வேலை செய்யற இப்ப?'

'செய்யப் போறேன்' என்றான்.

'என்ன வேலை?'

'சொல்ல மாட்டேன்!'

'சொல்லாட்டிப் போயேன்.'

குப்தா மார்க்கெட்டில் நுழைந்து தேடித்தேடி செயற்கை நகைப்பெட்டிகளில் உற்றுப் பார்த்து மூன்று ரூபாய்க்கு

பிளாஸ்டிக் முத்துமாலை ஒன்று தேர்ந்தெடுத்து மாட்டிக் கொண்டாள்.

'நல்லால்லே?'

'என்கூட வா, நிஜ நகை காட்டறேன்.'

'அதெல்லாம் யார் வாங்குவாங்க?'

'வாங்கவேண்டாம். பார்க்கலாமே!'

போலீஸ்காரரைச் சுற்றி நடந்தான். பாங்குக் கட்டடத்தைக் கடந்து எதிரே மாடிப்பக்கம் தெரிந்த அந்தப் புதிய நகைக் கடையைப் பார்த்தான். இதுகூடப் புதுசாகத்தான் இருக்கு. பார்க்க வேண்டியதுதான் என்று குறுக்கே கடந்து மாடியேறி குளிர் காற்றுக்குள் நுழைந்தான்.

அழகான சிறிய கடை. நடுவே இடம் விட்டு இடம் விட்டு கண்ணாடிப் பெட்டிகள். சுவர் ஓரத்தில் சாமர்த்தியமாகப் பதித்து மேலும் கண்ணாடிப் பெட்டிகள். நீல வெல்வெட்டில் நகைகள்.

'முன்னூத்தி நாப்பத்தாறுன்னு போட்டிருக்கே, விலையா?'

'இல்லை எடை!'

'இந்த மாலை எவ்வளவு இருக்கும்!'

'அது இருக்கும், ஏழாயிரம் எட்டாயிரம்.'

'இந்தக் கடை எவ்வளவு இருக்கும்! ஹய்! நவரத்தினக்கல்லு! இந்த மாதிரிதான்யா எனக்கு ஒண்ணு வேணும்! சேட்டு ஓட்டலுக்கு வருவாரா கேளு!'

'கன் ஐ ஹெல்ப் யூ சார்?' என்றாள் ஒரு பெண்!

'நோ! வெரிகுட்!' என்றாள் குமாரி என்கிற சீதாலக்ஷ்மி.

'உனக்கு இந்த மாலை வேணுமா, நான் தரேன்' என்றான் ஆறுமுகம்.

அவள் சிரித்து, 'வாய்யா போகலாம். தாங்க்ஸுங்க, சும்மா பாக்க வந்தோம்!'

'யுர் வெல்கம்!'

வெளியே வந்தபோது ஆறுமுகம் கடையின் பூட்டுகளைக் கவனித்தான். ரோலிங் ஷட்டர். ஜன்னல்களுக்கு வெளியேயும் ஷட்டர்கள். மற்றொரு கோட்டை. இதுவா! அதுவா! யோசிக் கலாம். 'அ! என்ன சொன்னே?'

'அந்தப் பொண்ணுங்களுக்கு எவ்வளவு சம்பளம் இருக்கும்?'

'முன்னூறு, நானூறு! நான் கேட்ட கேள்விக்கு நீ பதில் சொல்லலே இல்லை, இது வரைக்கும்...'

'என்ன கேட்டே?'

'எல்லாத்தையும் விட்டுட்டு என் கூட வருவியான்னு!'

'என்னைக் கல்யாணம் கட்டிக்கிறியா?'

'கட்டிக்கிறேன்!'

'சிரிப்பா இருக்குது' என்றாள்.

மாலை ஐந்து மணிக்கு பிரபாகர் ராவின் மேஜைக்கு ஃபாரன்ஸிக் லாபிலிருந்து ரிப்போர்ட் வந்தது.

'நீங்கள் அனுப்பிவைத்த துகள்களை ரசாயனப் பரிசோதனை செய்ததில், அவை அடையாளம் கண்டுபிடிக்கப்பட்டன. அவை கஞ்சா இலைகளின் துகள்கள்.'

9

ரிப்போர்டைப் பார்த்துப் புன்னகைத்தார் பிரபாகர்
ராவ். 'கஞ்சாவா? சபாஷ்! வாங்க மிஸ்டர், எஸ்! ரெண்டு
பேரும் கொஞ்சம் நெருங்கறோம்! மோகன் சிங்கை
வரச்சொல்லுங்க' என்றார் உதவியாளரிடம்.

பிரபாகர் ராவுக்கு பங்களூரின் குற்றத் தீவுகள்
அனைத்தும் பரிச்சயம். ரயில் நிலையத்துக்கு வெளி
இருட்டில் மாடிப்படிகளுக்கு அடியில் நடைபெறும்
சில்லறைச் சூதாட்டத்திலிருந்து ஓட்டல் அறைகளில்
ராப்பூரா நூறு இருநூறு பாயிண்டுக்கு என்று ஆடும் ரம்மி
ராஜ்யங்கள் எல்லாம் தெரியும். கஞ்சா எங்கே கிடைக்
கும், பெண்கள் எங்கெல்லாம் உபசரித்து விபசரிக்
கிறார்கள். சிமெண்டு எங்கே பதுக்கல், எங்கே பணம்
கேட்டு படம் காட்டுகிறார்கள், எங்கே வீடியோவில்
விடிய விடிய நிர்வாணம் காட்டுகிறார்கள், எங்கே
ஆபாசங்களை அச்சிடுகிறார்கள், எங்கே பாட்டரியை
யும் பழத்தோலையும் ரசாயனித்துத் தயாரித்த பானங்
களில் ஏழைகள் மெல்லக் கொல்லப்படுகிறார்கள்...

எல்லாமே தெரியும். ஒவ்வொரு இடத்தையும் தேடித்
துரத்திப் பிடித்து அடித்து உதைத்து அடைத்தபின்பும்,
மறுபடி மறுபடி தலைநீட்டும் அந்தக் குற்ற மஹா
ஆக்டபஸ்ஸுடன் அவருக்குத் தினசரி போராட்டம்.

மோகன் சிங்கின் வாட்டசாட்டமான உடல்கட்டும்,
ஒட்ட வெட்டப்பட்ட தலைகிராப்பும், திருத்தப்பட்ட

மீசையும் மஃப்டியில் இருந்தாலும் அவரை போலீஸ்காரர் என்று பறைசாற்றின.

வசீகரமான சல்யூட்டை விட்டுக் காத்திருந்தார். 'மோகன், போதைச் சரக்கு விக்கிற ஆசாமிங்க மறுபடி புறப்பட்டிருக்காங்க போலிருக்கே!'

'போன மாதம்தான் ரெய்டு பண்ணம் சார்!'

'கரையான்யா அவுங்க.'

'மறுபடி ரெய்டு போகலாமா சார்?'

'வேண்டாம். எந்த எந்த இடத்தில் கிடைக்குது. அதைச் சொல்லுங்க முதலில்?'

'சிவாஜி நகர்ல பஸ் ஸ்டாண்டு பக்கத்தில ஒரு வெற்றிலைப் பாக்குக் கடையில், முனிரெட்டி பாளையம் தாண்டின உடனே மயானத்தில், கலாசிபாளையத்தில் ஒரு சந்தில, அஞ்சாறு இடம் இருக்கு சார், ஒருமுறை பார்த்துப் புடிச்சுறலாமா?'

'பிடிக்க வேண்டாம். பிடிக்கக் கூடாது.'

மோகன் சற்று ஆச்சரியத்துடன் பிரபாகர் ராவைப் பார்த்தார்.

'எல்லா இடத்தையும் கண்காணிக்கச் சொல்லுங்க. அது மட்டும் போதும். எனக்கு ஒரு ஆசாமி, ஒரு சின்னப் பையன், இளைஞன் வேண்டும், அவனைப் பிடிக்கணும்.'

'இந்த மாதிரி எடங்களுக்கு வரவங்க எல்லாருமே இளைஞர்கள் தான் சார்.'

'அவன் பேரு எஸ்ல ஆரம்பிக்கிறது...'

'போதாது சார்.'

'அவன் கையெழுத்து சாம்பிள் இருக்குது...'

'அதனால!'

'அங்க வரவங்க எல்லார் கையெழுத்து சாம்பிளும் வேணும்!'

மோகன் சிங் சற்று நம்பிக்கையின்றி 'சரி சார்' என்றார்.

டெலிபோன் ஒலித்தது, 'நீங்க போகலாம்.'

மறுபடி சல்யூட் அடித்துவிட்டு விலகினார் மோகன் சிங். எப்படியாவது கொண்டு வந்துவிடுவார், தெரியும்!

'ஹலோ பிரபாகர் ராவ்!'

'மார்னிங் சார்! நான் ப்ரஸன்னா!'

'ப்ரஸன்னா! ஓ எஸ் காதலன்.'

'சார் அவளைக் காணோம். எனக்குக் கவலையாக இருக்கிறது. ரேகா! ரேகா அகர்வால்! ரிமெம்பர்!'

'ஓ எஸ். ஐ ரிமெம்பர். எப்படி மறக்க முடியும் அவளை?'

'பத்து நாளாத் தகவல் இல்லை. வீட்டிலேயும் இல்லை. வீடு பூட்டியிருக்கு.'

'வெளியூர் போயிருக்காங்களோ என்னவோ?'

மேஜையில் மற்றொரு டெலிபோன் ஒலித்தது.

'ஒன் மினிட் ப்ரஸன்னா' என்று அதை எடுத்து மற்றொரு காதில் வைத்து 'பிரபாகர் ராவ்' என்றார்.

'ராஜாஜி நகர்ல இருந்து சர்க்கிள் இன்ஸ்பெக்டர் சார்!'

'சொல்லுங்க புட்டராஜு?'

'குட்மார்னிங் சார்! ஒரு ஹவுஸ் ப்ரேக்கிங் கேஸ். பணக்காரங்க!'

'அப்படியா! ப்ராப்பர்ட்டி எவ்வளவு போயிருக்கும்.'

'ரெண்டு லட்சம் பெறுமானம் இருக்கும்னு சொன்னாங்க. ஆனா நாற்பதாயிரத்துக்குத்தான் டிக்ளரேஷன் கொடுப்பாங்களாம்.'

'இன்கம் டாக்ஸா?'

'ஆமாம் சார்!'

'படுபாவிப் பசங்க. இவங்களை எல்லாம் நாம் பாதுகாத்துக் கிட்டிருக்கோம்! சரி அரை மணியில வர்றேன்' என்று ஒரு டெலிபோனை வைத்துவிட்டு, மற்றதில் 'மிஸ்டர் ப்ரஸன்னா,

கொஞ்சம் பிஸியாக இருக்கேன். மத்யானம் டெலிபோன் பண்றீங்களா?' என்றார்.

'சார், எனக்கு ரொம்பக் கவலையா இருக்கு. ரேகாவை அவங்க கடத்திட்டுப் போயி வலுக்கட்டாயமா வேற கல்யாணத்துக்கு சம்மதிக்க வெச்சுறுவாங்க.'

'நான் என்ன செய்யணும்கறீங்க?'

'அதைத் தடுக்கணும்.'

'லுக்! பெண்ணை அவ பெற்றோர்கள் கடத்திட்டுப் போயிருக் காங்கன்னு எந்த ஊர்லயும் கேஸ் போட முடியாது. அந்தப் பெண்ணே கம்ப்ளெய்ண்ட் கொடுத்தா போய்ப் பார்க்கலாம்.'

'ஏதாவது செய்யுங்க சார், ப்ளீஸ்' அவன் குரல் தழதழத்தது. அதன் பின் விசும்பல்கள் கேட்டன.

அழாதேடா! பொட்டை!

'அவ இல்லாம என்னால உயிர் வாழ முடியாது. செத்துப் போயிடுவேன் சார்.'

'அதெல்லாம் வேண்டாம். சாயங்காலம் என்னை வந்து பாருங்க ப்ரஸன்னா. குட் பை.' அவசரமாக டெலிபோனை வைத்தார். 'காரைக் கொண்டுவரச்சொல்லுங்க, ராஜாஜி நகர் போகணும்!'

பிரபாகர் ராவ் புறப்படுகையில் மறுபடி டெலிபோன் ஒலித்தது. சற்று அலுப்புடன் எடுத்து காதில் வைத்து பதில் சொல்லுமுன் 'டாடி!' என்று அவர் பெண் சித்ராவின் எட்டு வயதுக் குரல்.

'என்னம்மா!'

'சாயங்காலம்?'

'சரி.'

'தவறாம வர்றீங்க!'

'இன்னிக்கா?'

'ஆமா? இன்னிக்கேதான்' என்றாள் அழுத்தமா.

'அம்மாகூடப் போயேன் டார்லிங்!'

'நோ டாடி! நோ... நோ... நோ!'

டெலிபோன் மறுமுனை கைமாறி அவர் மனைவி, 'இதப் பாருங்க... இன்னிக்கு நீங்க வரலைன்னா அவளை என்னால சமாளிக்க முடியாது. அழுது தீர்த்துடுவா.'

'ஐ'ல் ட்ரை! ராஜாஜி நகர்ல...'

'ட்ரை எல்லாம் கிடையாது! நீங்க வரீங்க. அவ்வளவுதான்.'

'ஐ'ல் ட்ரை.'

பிரபாகர் ராவ் காரில் பாய்ந்தார்.

சிற்பக் கலைஞரின் லாகவத்துடன் ஆறுமுகம் சாவி தயாரித்துக் கொண்டிருந்தான். அறைக் கதவுகள் அனைத்தையும் தாளிட்டு மின் வெளிச்சத்தில் அந்த மேஜை மேல் சிறிய அரங்கள், முரட்டுக் காகிதங்கள், துக்கிணியூண்டு பென்ச் வைஸ், ஒத்தடம் மட்டும் தரக்கூடியது போல் சின்ன சுத்தி, படுக்க வைத்து லேத் போல உபயோகமாகும் மினி ட்ரில்.

தயாரிக்கப்பட்ட சாவியை ஆராய்ந்தான். லேசாகத் தடவிப் பார்த்தான். ஏழாவது வெட்டில் இன்னும் கொஞ்சம் தேய்ப்பு தேவையாக இருந்தது.

கரக் கரக் கரக் கரக்.

ஆறுமுகத்தின் நாட்டமெல்லாம் அந்த இரும்பு சம்பாஷணையில் இருந்தது. இந்த முறை அகப்படமாட்டேன். போலீஸ், அவர் களுக்கு நூற்றுக்கணக்கான ஆட்கள், சாதனங்கள், வாகனங்கள், விஞ்ஞானம் ... நான் ஒருத்தன் தனி மனிதன்! சென்ற முறை அகப்பட்டதில் கற்ற பாடங்கள்தான் என் மூலதனம். அப்பவும் இந்த நளினமான விரல்கள். சென்ற தடவை செய்த தப்புக்கென... என் முறை. அது போலீசுக்குத் தெரியும் என்பது ஆறுமுகத்துக்குத் தெரியும். இந்தத் தடவையும் ஆறுமுகம் அந்தச் செயலை மாற்றப் போவதில்லை. அவனுக்கு வேறு முறை கிடையாது. கையெழுத்துப்போல அதை மாற்ற முடியாது. ஆனால் இம்முறை ஆறுமுகத்தைப் பிடிக்க முடியாது. அவன் எங்கேயும் ஓடப்போவதில்லை. இங்கே பங்களூரில்தான் இருக்கப் போகிறான். அகப்பட மாட்டான். அவ்வளவு அருமையானது அவன் திட்டம்.

இன்றிரவு முதல் பூட்டை முயன்று பார்ப்பான். திறந்தால் ரோலிங் ஷட்டரை விலக்கி உள்ளே இருக்கும் இரண்டாவது பூட்டுக்கு உரித்தான பிரதி எடுத்துக்கொள்வான். இவ்வளவுதான் இன்றைய வேலை. நாளை அதற்குச் சாவி தயார் செய்வான். அதன்பின் மூன்றாவது வாசல். அப்புறம் தங்கம். வைரம்.

நகைகள் முக்கியமானதாகத் தோன்றவில்லை. போலீசின் மூக்கடியிலேயே செய்யப்போகும் திறப்பு விழாதான் முக்கியம். அதன் சவால்தான் ரத்தத்தைச் சூடாக்குகிறது. ரத்தத்தைச் சூடாக்கும் மற்றொரு விஷயம் குமாரி (என்ன லக்ஷ்மி அவள்?). அவள் சிரிப்பும் அலட்சியமும் போலீஸ்காரர்கள், வக்கீல்கள், மாஜிஸ்ட்ரேட்டுகளை விசாரிப்பதும்... ஒருநாள் இந்தப் பெண்ணை என்ன செய்வது? கல்யாணம் கட்டுவதா? பேச்சே இல்லை. அடைவதா? அடைவது மிகச்சுலபம். சாயங்காலம் போய்க் கூப்பிட்டால் வருகிறாள்.

கை சொடுக்கும் நேரத்தில் அனைத்தையும் உதறிப் போட்டு விட்டு பக்கத்தில் படுத்துக்கொண்டு 'ம் ஆரம்பிய்யா' என்பாள். ம்ஹூம், குமாரியை அடைவதில் சவால் இல்லை. சிரமமோ எதிர்பார்ப்போ இல்லை. பூட்டு திறப்பதுபோல் மாட்டேன் என்று அடம் பிடிக்க வேண்டும். எதிர்க்க வேண்டும். ரத்தம் வேண்டும். மூர்க்கம் வேண்டும்.

இருந்தும் அவளிடம் ஒரு வசீகரம் இருக்கிறது. இதே குமாரியை இவள் சரித்திரத்தை எல்லாம் அழித்துவிட்டு புத்தம் புதுசாகப் பார்க்க விரும்பினான் ஆறுமுகம். எப்படி? இப்படிச் செய்யலாமே. அட.

சூனில் மோட்டார் சைக்கிளை ஒருதடவை சீறிவிட்டு நிறுத்தி விட்டு வீட்டுக்குள் நுழைந்தபோது இருட்டாக இருந்தது. விளக்கைப் போட்டதில் அம்மா சோபாவில் தூங்கிக் கொண்டிருப்பது தெரிந்தது. சற்று நேரம் அவளைப் பார்த்தான். நாற்காலியில் உட்கார்ந்துகொண்டு காலணிகளைக் கழற்றினான். வலது கையை சின்னத் துப்பாக்கி ஆக்கி அவளைக் குறிபார்த்துச் சுட்டான். BANG.

திடுக்கிட்டு எழுந்தாள்.

'வந்துட்டியா கண்ணு. எங்கே போயிருந்தே? காலேஜ் போகலையா?'

‘இல்லை.’

‘பின்னே எங்கே போயிருந்தே.’

‘மாம், எனக்கு பணம் வேணும்.’

‘ஒரே ஒரு தடவை ஐ லவ் யூன்னு சொல்லு, தரேன்’

‘ஓ.கே, ஓ.கே.’

‘சொல்லு.’

‘ஐ லவ் யூ. சரிதானே.’

‘அன்போட சொல்லுடா ராஜா.’

‘எல்லாம் அன்போடத்தான் சொன்னேன்.’

முணுக்கென்று ஸ்விட்ச் போட்டதுபோல் அழ ஆரம்பித்தாள்.

‘நீங்க ரெண்டு பேரும் என்னைப் பாடாப் படுத்தறீங்க. உங்கப்பா செக்ரட்ரியை வெச்சிக்கிட்டிருக்கார். நீ என்னை அலட்சியப்படுத்தறே.’

‘கமான்! மறுபடி ஆரம்பிக்காதே’ என்றான் அலுப்புடன்.

‘உங்கப்பா செய்யறது நல்லா இருக்கா, சுனில்?’

‘அவர் ஏன் அப்படி செய்யறார்னு எனக்குத் தெரியும்மா?’

‘ஏன்?’

‘உன்னாலதான்! நீ செஞ்சதை அவர் செய்யறார்.’

‘பொய்! அபாண்டம்!’

‘மாம்! நான் நிறையப் பார்த்தாச்சு! இப்பப் பணம் குடுக்கப் போறியா, இல்லையா.’

‘நான் என்ன செய்வேன்? பெத்த பிள்ளை இப்படிப் பேசறானே. அப்படியே அப்பனைக் கொண்டிருக்கியேடா. எனக்கு ஒருத்தரும் ஆறுதல் சொல்ல மாட்டார்களா?’

‘சாவி எங்கே?’

'எல்லாம் பீரோ திறந்துதான் இருக்கு. போய் எடுத்துக்க. அழி. எல்லாச் சொத்தையும் அழி, உருப்படாதே.'

சுனில் கவனிக்காமல் உள்ளே சென்றான். அவள் அழுகை கேட்டது. ஒரு கணம் ஒரே ஒரு கணம் அவள் மேல் மிகவும் பரிதாப உணர்ச்சி ஏற்பட்டு திரும்பிப்போய் அவளைக் கட்டிப் பிடித்து தட்டிக் கொடுக்கலாம் என்று தோன்றியது. இப்போது வேண்டாம். இப்போது ப்ரேமாவுடன் பேச வேண்டும். ராத்திரிக்குள் ஒரு கால் போட்டுவிட வேண்டும். போலீஸ் கண்காணிப்பு இருக்கிறது. இப்போது அந்தச் செயலில் அபாயம் அதிகமாகிறது! இப்போதுதான் விஷயம் சூடு பிடிக்கிறது. இப்போதுதான் அது நெருப்பாகி ஜொலிக்கிறது. தொட்டால் சுடும், ஆனால் தொடவேண்டும், நிச்சயம் தொடவேண்டும்.

சுனில் பணத்தை எடுத்துக்கொண்டு தன் அறைக்குச் சென்றான். அறை முழுவதும் புத்தகங்கள் இறைந்திருந்தன. அவன் சிக்கலான மன அமைப்பை அதன் சிதறலைக் காட்டுவதுபோல் புத்தகங்கள். ஷேக்ஸ்பியருக்கு அருகில் ப்ளேபாய் புக் ஆஃப் ஹ்யூமர். ஹிஸ்டரி ஆஃப் தி லேட்டர் ரோமன் எம்ப்யர் அருகில் நீட்ஷே.

கேஸட் டெக்கைத் தட்டினால் Funkey Town துடித்தது. சிகரெட் பற்ற வைத்துப் புத்தகத்தில் ஆழ்ந்தான். ஜாரதூஷ்டிராவின் வாசகங்கள்.

> The true man wants two things: danger and play. For that reason, he wants woman, the most dangerous plaything.
>
> Man should be trained for war; woman for the recreation of the warrior. All else is folly.

மிக அபாயகரமான விளையாட்டுச் சாமான்! சுனில் தீர்மானித்தான். ப்ரேமலதாவின் பெண்!

10

கமிஷனர் ஆபீசுக்கு அருகிலேயே இருக்கும் அந்த டிரைவ் இன் ஹோட்டல் மரங்களின் அடியில் மேஜைகள்மேல் சிறுத்தைப் புலி போல் நிழல் படர்ந் திருக்க, காத்திருந்த கார்களின் கதவுகளுடன் தட்டுகள் இணைக்கப்பட்டு இறங்கிவராத சோம்பேறிகள் டிபன் சாப்பிட்டுக்கொண்டிருந்தார்கள்! மரத்தில் மறைந் திருந்த ஸ்பீக்கர்கள் 'ஆப் ஜைஸா கோயி ஹை' என்று பாடிக்கொண்டு ஊ ஊ என்றன.

'இந்தப் பாட்டைக் கேட்டுக் கேட்டுப் புளிச்சுப் போச்சு. எரிச்சலா வருது' என்றான் ஆறுமுகம்.

'குர்பாணி பார்த்தில்ல! ஜீனத்து என்னமாக் காட்டுது தெரியுமா?' என்றாள் குமாரி. மில்க் ஷேக்கை ஸ்ட்ராவை விசிறிக் கடாசிவிட்டு நேராகச் சப்பிக்கொண்டிருந்தாள்.

'ஆமா, எதுக்கு என்னை இங்க கூட்டியாந்தே? மறுபடி உபதேசமா? 'எங்கூட வந்துரு. நாம ரெண்டு பேரும் புருசன் பெஞ்சாதியா ஆயிடலாம். சந்தோஷமா இருக்கலாம்.' திரும்பியும் ஆரம்பிக்கப்போறன்னா சொல்லிடு. நான் அம்பேல் ஆய்டறேன்!'

'இல்லை குமாரி விஷயம் வேற. எனக்கு ஒரு உதவி செய்யணும் நீ.'

'சொல்லு, பணம் அனுப்பிச்சியா?'

'நூறு ரூபாதானே? அன்னிக்கே!'

'டாங்க்ஸ்ப்பா.' ஆறுமுகம் பக்கத்து மேஜைகள் காலியாக இருப்பதைக் கவனித்து அவளருகில் சென்று 'யார்கிட்டயும் சொல்லாத இருக்கியா? ஒரு ரகசியம்!'

அவள் ஆர்வத்துடன் வந்து, 'சொல்லலை! சொல்லு' என்றாள்.

'ஒரு திருட்டில் நீ எனக்கு உதவி செய்யணும்.'

'என்ன திருட்டு?'

'நகைகள், ஏராளமான நகைகள்!'

'அன்னிக்குப் பார்த்தமே அந்தக் கடையிலா?'

'இல்லை, இன்னும் கொஞ்சம் தள்ளி அனுமார் கோயிலாண்டை.'

'நான் என்ன செய்யணும்! ஆட்டோ போட்டுக்கிட்டு வரணுமா?'

'இல்லை, திருட்டையே நீதான் செய்யணும்.'

'என்னது?' என்று உடனே எழுந்தாள். 'பில்லை கொடுத்துறுய்யா, நான் வரேன்.'

'உக்காரு. முதல்ல சொல்றதை முழுக்கக் கேட்டுட்டு அப்புறம் தீர்மானி. இதப் பாரு, இது என்ன?'

'சாவி! யோவ், உன் சகவாசம் வேண்டாம்!'

'சாவி போட்டு ஒரு பூட்டைத் திறக்கத் தெரியுமா உனக்கு?'

'தெரியும்!'

'அவ்வளவுதான் வேலை. சாவி தயார் செய்துகிட்டு இருக்கேன், கடையில உள்ள ஒவ்வொரு பூட்டுக்கும். பூ கணக்காத் திறக்கும். திறந்து உள்ளே போயி...'

'ஓல்டான்! ஓல்டான். இதை நீயே ஏன் செய்யக் கூடாது?'

'நான் செஞ்சா உடனே மாட்டிக்கிடுவேன்!'

'நான் செஞ்சா மட்டும் பொம்பளைன்னு விட்டுடுவாங்களா? போய்யா வேற ஆளைப் பாரு!'

'இத பாரு விஷயம் அதில்லை. இந்த ஜில்லால சாவி போட்டுத் திறந்து மூடற ஆசாமி நான் ஒருத்தன்தான்னு போலீசுக்குத் தெரியும். எல்லாத் திருடர்களையும் போல இல்லை நான். ஒரு கலைஞன்! எனக்குத் திருட்டோ அதில் வர்ற வருமானமோ முக்கியமில்லை. இதுவரைக்கும் என்னால் திறக்கமுடியாத பூட்டைச் சந்திச்சதில்லை நான். ஆனா என் முறையே எனக்குப் பகையா இருக்கு. மூணு தடவையும் வெற்றிகரமாச் செய்தும் மூணு தடவையும் மாட்டிக்கிட்டேன். ஏன்னா பூட்டை உடைக்காம திறந்து திருடி திருப்பிப் பூட்டிகிட்டுப் போற ஒரே ஆசாமி நான்தான். எனக்குப் போட்டியா இதுவரை ஒருத்தன் வரலை! அதனால் அவுங்களை இந்த தபா ஏமாத்தியே ஆகணும். முதமுறையா என் கலையை கொஞ்சம் உனக்குக் கத்துத் தரப்போறேன்.'

அவள் சற்று நிச்சயமின்றி, 'நான் என்னதான் செய்யணும்?' என்றாள்.

'ஒண்ணுமே இல்லை. ஒரு கொத்து சாவி தயார் செய்து தருவேன். ராத்திரி கடை வாசலுக்குப் போயி முதல் கதவைத் திறக்கணும். அப்புறம் ரெண்டாவது சாவி போட்டு உள் கதவைத் திறக்கணும். அப்புறம் மூணாவது சாவி, நாலாவது சாவி - அலமாரி.'

'அலமாரி சாவி உனக்கு எப்படிக் கிடைக்கும்?'

'அதானே என் தொழில், கடைசித் திருட்டை மட்டும்தான் நீ செய்யறே. அதற்கு உண்டான ஆக்கவேலைகள் எல்லாம் ஐயா தானே செய்யறாரு. நீ போறதுக்கு முன்னாடி ஆறுமுறையாவது நான் அங்க நுழைஞ்சு பிரதிகள் எடுத்து வெச்சிருப்பேன். ஏற்கெனவே இரண்டாயிடுச்சு. திருட்டைத் தவிர வேற பாக்கி எல்லாம் நான். கடைசி நாள், முக்கியமான நாள், மட்டும் நீ.'

'அந்தச் சமயத்தில் நீ என்ன செய்வே?'

'அதானே என் திட்டத்தோட முக்கியமான பகுதி! திருட்டு அங்க நடக்கறபோது நான் பத்திரமா உப்பாரப்பேட்டை போலீஸ் ஸ்டேஷன் லாக்கப்பில இருப்பேன். அதைவிடப் பத்திரமான இடம் கிடைக்குமா?'

'யோவ்! பயமா இருக்குய்யா! நீ பாட்டுக்கு என்னை மாட்டி வெச்சுட்டுத் தப்பிச்சுருவே!'

'இதப் பார் குமாரி, அப்படி நான் செய்யவே மாட்டேன்! எனக்குப் பிடிச்சுப் போன ஒரே ஒரு ஆள் நீதான்! இதில் மாட்டிக்க சான்ஸே இல்லை. அன்னிக்கு ஒரு மாலை பார்த்தல்ல? அது நல்லா இருக்குன்னு சொன்னல்ல? அந்த மாதிரி பத்து மாலை... நூறு மாலை... தங்கம் வைரம்! லட்சக்கணக்கான காசு!'

'யோவ்! வேண்டாம்யா, நான் அம்பேலு. என் நெஞ்சைத் தொட்டுப் பாரு. படக் படக்குனு இடிக்குது!'

'பயப்படாதே! ஆப்படவே மாட்டோம். ஆப்பட்டா எல்லாம் நான்தான்னு நானே ஒத்துக்கறேன்.'

'யோசிக்கணும்யா!'

'அவசரம் இல்லை. யோசிச்சுச் சொல்லு!'

'அது மட்டும் வெற்றியாய்டுச்சுன்னா நான் திரும்ப லாட்ஜுக்குப் போக வேண்டியதில்லை!'

'அந்த லாட்ஜையே... வாங்கிறலாம்!'

'திரும்ப முள்ளுமூஞ்சிப் பசங்க மார்ல வெச்சு தேக்கறது கிடையாதுல்ல!'

'அவர்களை எல்லாம் காறித் துப்பலாம்...'

'திருப்பியும் சாராய நாத்தம், ரப்பர் வாய்ட்டு வரது, சோடா உடைக்கிறது ஒண்ணும் கிடையாதில்லை?'

'எல்லாத்துக்கும் கிட்டி!'

'செய்யறேன்யா! அதுக்கு முன்னாடி எப்படி ஏதுங்கறதை விவரமா சொல்லிடறயா? உதறுது!'

'நிச்சயம்!'

'சொல்லு!'

சுனில் அந்தப் பள்ளி பஸ்ஸை நிதானமாகக் காரில் தொடர்ந்து கொண்டிருந்தான். பலமுறை பஸ் டிரைவர் ஓவர்டேக் செய்து கொள் என்று கை காட்டினாலும் பின்னாலேயே வந்தான். காலை அந்த பஸ்ஸில் ப்ரேமலதா அவள் பெண்ணை ஏற்றி வழி அனுப்புவதைப் பார்த்தான். அந்தப் பெண்ணின் அடையாளம்

அவன் மனதில் பதிந்திருந்தது. இரட்டைப் பின்னல், அம்மாவைப் போல முகம், சற்று உயரம்.

பள்ளி வாசலில் பஸ் வந்து நிற்க ஆனந்த இரைச்சலாக அத்தனை பெண்களும் உதிர, சுனில் காரை நிறுத்தி சுவாரஸ்யமாகப் பார்த்தான். 'இந்து!' என்று ஒரு முறை அந்தப் பெண்ணின் தோழி கூப்பிட்டது கேட்டது. பெயர் இந்துவா! மற்ற சீருடைப் பெண்களுடன் அவள் கலந்துகொண்டுவிட்டதும் அவளை அடையாளம் கண்டுபிடிப்பது கஷ்டமாகிவிட்டது. இருந்தும் அந்தப் பள்ளி வாசல் காட்சி அவனுக்கு மிகவும் வசீகரமாக இருந்தது. ஆறு ஏழு வயதிலிருந்து பதினைந்து வயது வரை பெண்கள். அனைத்தும் பெண்கள். வெண்நீலச் சட்டையும் கருநீல ஸ்கர்ட் பாவாடையும் அணிந்து அவர்கள் உற்சாகமாக ஆடிப்பாட சுனிலுக்கு அவர்கள் அத்தனை பேரையும் சொந்தமாக்கிக் கொள்ளவேண்டும்போல் இருந்தது!

எல்லோரையும் வரிசையாக நிறுத்தி... எலக்ட்ரிக் பெல் அடிக்க அந்தப் பெண்கள் ஒரு இடத்தில் குவிந்துகொள்ள ஓடும்போது பெண்களின் ஸ்கர்ட் சற்று கலைய வழவழப்பான அபாரமான தொடைகளும் ஏன் சின்ன உள்ளாடையும் தெரியும்போது சுனில் எச்சில் விழுங்கினான். என்ன செய்யப் போறோம் என்பது திட்டவட்டமாகத் தெரியவில்லை. இந்து... இந்து என்றால் இந்துமதி பரமானந்த்!

ப்ரேயர் முடிந்து சட்சட்டென்று அந்த இடத்தில் அமைதி பரவ சுனில் கடிகாரத்தைப் பார்த்தான். காரை கிளப்பி அந்த காம்பவுண்டுக்குள் நுழைந்தான். வாயிற் காப்போன் தடுத்தான், 'அரே யார்?'

'சம்பளம் கட்ட வேண்டும். நீ போய் கட்டுகிறாயா? பணம் தந்துவிடுகிறேன்' என்றான்.

'சரி போங்க. நேராப் போனா இடது பக்கம் ஆபீஸ் இருக்கு. ரைட்டர் ஆபீஸ்னு சொல்லுங்க!'

'தாங்க்ஸ்!'

ஆபீஸ் அருகில் ஹெட்மிஸ்ட்ரஸ், பிரின்சிபல், கரஸ்பாண்டண்ட் என்று அறைகள் இருந்தன. ஹெட்மிஸ்ட்ரஸ் அறையைத் தட்டினான். 'மிஸ்ட்ரஸ்' என்கிற வார்த்தை அவனை வசீகரித்ததால்.

'எஸ்!'

'என் பேர் பரமானந்த். என் நீஸ் இங்க படிக்கிறா. அவளுக்கு சம்பளப் பணம் கட்டறதுக்கு எங்க அண்ணா சொல்லியிருந்தார். மறந்தே போய்ட்டேன். இப்பத்தான் ஞாபகம் வந்தது...'

'ஒன் மினிட், பேர் என்ன?'

'இந்துமதி பரமானந்த்'

'ஸ்டாண்டர்ட்?'

பார்த்தால் தர்ட் போல இருந்தது. 'தர்ட்' என்றான்.

அவள் ஒரு சீட்டில் எழுதிக்கொடுத்து மணியடித்து பியூனை வரவழைத்து 'இதை என்.கே.எம். கிட்ட கொடுய்யா' என்றாள்.

'செக்கா வாங்கிப்பீங்களா?'

'தாராளமா! அடுத்த மாதம் டொனேஷன் வேற வாங்கப் போறோம்.'

'அப்படியா! குடுத்துட்டாப் போச்சு!'

அந்த பியூன் திரும்பி வந்து சீட்டைக் கொடுத்தான்.

'கட்டியாச்சாமே!'

ஒரு கணம் அவனுக்குப் பதற சுதாரித்துக்கொண்டான். 'கட்டி யாச்சா? அப்ப அண்ணாவே எனக்காக காத்துப் பார்த்துவிட்டு தானே கட்டிட்டான் போல இருக்கு... ஸோ ஸாரி, நான் வரேன். வீட்டில அண்ணாகிட்ட திட்டு இருக்கு பாக்கி!'

அவள் புன்னகையுடன் விடை கொடுக்க சுனில் புறப்பட எழுந்தவன், 'எக்ஸ்க்யூஸ் மீ. அவளிடம் ஒரு சின்ன விஷயம் சொல்ல வேண்டும். என் அண்ணாவுக்கு ஒரு செய்தி. வரச் சொல் கிறீர்களா?'

'கிளாஸில் இருப்பாள். நான் டிஸ்டர்ப் செய்வதில்லை.'

'அப்ப நான் போய் ஒரு நிமிஷம் எட்டிப் பார்த்துவிட்டு வருகிறேன்.'

அவள் சற்று யோசித்து விட்டு, சரி என்றாள். 'முத்து! இவருக்கு அந்தப் பொண்ணு படிக்கிற வகுப்பறையைக் காட்டு...'

'தர்ட் பி சார், வாங்க சார்.'

சுனில் அவன் பின் நடந்தான். ஜன்னல்களுக்கு உள்ளே தெரிந்த நூற்றுக்கணக்கான இளம் முகங்கள் அவனுக்கு இச்சை தரவில்லை. அவனுக்கு முன் மார்பு குவிந்த தளதளவென்று இரட்டை நாடியாய் எதிரே சென்ற வாத்தியாரம்மா சற்று வசீகரமாக இருந்தாள்...

ப்ரேமலதாவின் பெண் இந்து வகுப்பில் வாட்டர் கலரைக் கரைத்து பருப்புக் குழம்பாகப் பண்ணிக்கொண்டு காகிதத்தில் ரயில் வரைந்துகொண்டிருந்தாள். நாக்கை நீட்டிக் கடித்துக் கொண்டு அந்த கலர்ப் பெட்டிகள் ஒவ்வொன்றாகத் தயாரித் தாள். மூக்கு நுனியில், கன்னத்தில் எல்லாம் கலர் கலராக இருந்தாள். குழந்தைகளை இஷ்டப்படி விளையாடவிட்டு எழுதவிட்டு வரையவிட்டு வேடிக்கை பார்க்கும் பள்ளி அது. ஹெட்மிஸ்ட்ரஸைக் கேட்டால் மாண்டிஸோரி முறைகளையும் குழந்தைகள் மனோதத்துவம் பற்றியும் அரைமணி பேசுவாள் போலும். அந்த வகுப்பில் இருபது குழந்தைகள் மட்டுமே இருந்தனர். உயர்த்தியான பள்ளி அது என்பது சுனிலுக்குத் தெரியும். அழகான காற்றோட்டமான கட்டடம். சுற்றிலும் புல்வெளி. மிக உயரமான யூகலிப்டஸ் மரங்கள் கட்டடத்தைச் சுற்றிலும் காவல் போல் நின்றிருந்தன.

'இந்து! ஸம் ஒன் டு ஸீ யு!'

சுனிலை இந்து அகலக் கண்களால் பார்த்து, 'ம்ஹூம் தெரியாது!'

'அன்னிக்கு நான் வரலை? உங்க அம்மாவைப் பார்க்கறதுக்கு... அப்பகூட டெலிபோன் வரலை?'

'ஓ! போலீஸ் அங்கிள்!'

'ஆமாம் போலீஸ்தான்! நீ என்கூட வரியா. வீட்டுக்குப் போகணும். உங்க அம்மாவும் அப்பாவும் உனக்காகக் காத்துக்கிட்டிருக்காங்க. நீயும் வா! வீட்டில முக்கியமா வேலை இருக்கு.'

'கிளாஸ் இருக்கே.'

'நான் ஹெட்மிஸ்ட்ரஸ்கிட்ட சொல்லிட்டேனே.'

'புக்ஸ்?'

'திரும்பி வந்துறலாம். நானே கார்ல கொண்டுவிடறேனே.'

அப்போது எதிரே ஹெட்மிஸ்ட்ரஸ் வர இந்து, 'குட்மார்னிங் மிஸ்! அங்கிள்கூடப் போகலாமா?'

சுனில் அந்த அம்மாளைப் பார்த்து புன்னகைத்து, 'ஐம் டேக்கிங் ஹர் மாடம்!' என்றான்.

'கூட்டிட்டுப் போங்க! சார்மிங் கர்ள். கன்னத்தில் என்ன பெயிண்டு' என்று தட்டிக் கொடுத்தாள்.

சுனிலின் பின்னால் உற்சாகமாக நடந்தாள் இந்து.

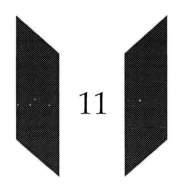

11

இந்து பள்ளியிலிருந்து ஒரு மணிக்கு வந்துவிடுவாள். ஸ்கூல் பஸ் அவளைத் தெருக்கோடியில் விட்டுவிடும். அங்கிருந்து வீட்டுக்கு நூறு அடிகூட இல்லை. இருந்தும் தினம் ப்ரேமலதா பெண்ணை அழைத்துவர பன்னிரண்டே முக்காலுக்கே அங்கு போய் நின்று விடுவாள்.

அதுவும் இந்த நாட்களில்!

கணவன் பட வினியோக விஷயமாக பத்து மணிக்கே சாப்பிட்டு விட்டுப் போய்விட்டார். 'ரெண்டு மூணு நாளா போன் வரலை பாத்தியா! அவ்வளவுதான். ஆள் பயந்துட்டான். வெத்துப் பய! இனி அவன் தொந்தரவு இருக்காது. கவலையே படாதே.'

ப்ரேமலதாவுக்கு நிறைய நேரம் இருந்தது. வீட்டை ஒவ்வொரு அறையாக ஒழுங்கமைத்தாள். பதில் போடவேண்டிய கடிதங்களைத் தனியாக வைத்தாள். ஃப்ரிஜ்ஜை அணைத்து விட்டுக் காலி செய்து சோப்புப் பவுடர் போட்டு உட்புறம் எல்லாம் அலம்பினாள். இந்துவின் புத்தகக் களேபரத்தைச் சரி செய்தாள். அவள் பள்ளிப் புத்தகம் ஒன்றில் ரகசியமாகச் செருகி வைக்கப் பட்டிருந்த தன் போட்டோவைக் கவனித்துப் புன்னகைத்தாள். 'என் கண்ணு! செல்ல இந்து!' என்றாள். அடிக்கடி அந்த எண்ணம் உறுத்த, 'இனி

வரமாட்டான். இனி பேசமாட்டான்!' என்று சுய தைரியம் உண்டாக்கிக்கொண்டாள்.

12.40-க்குக் கிளம்பி மெல்ல நடந்தாள். தெருக்கோடிக்கு வந்து நின்றாள்.

12.55-க்கு பஸ் வந்தது. அதிலிருந்து அங்கே எட்டுப் பெண்கள் இறங்குவார்கள். ஏழு பேர்தான் இறங்கினார்கள். இந்து வரவில்லை.

ஒருகணம் வெலவெலத்துப்போய், 'சவீ, இந்து வரலை? ஒரு நிமிஷம் டிரைவர்... இந்துவைக் கூட்டி வரலை?' என்றாள்.

'ஸ்கூல்ல இல்லீங்களே?'

'என்னது? சவீ! அவ கிளாஸுக்கு வரலை?'

'ஆண்ட்டி! ஒரு அங்கிள் வந்து டிராயிங் கிளாஸிலே அவளை அழைச்சுட்டுப் போயிட்டாங்க வீட்டுக்கு!'

'வீட்டுக்கா!'

'பாப்பா அங்க இல்லிங்க. ஹார்ன் அடிச்சுக்கூடப் பார்த்தேன். வீட்டுக்குப் புறப்பட்டுப் போயிட்டதாச் சொன்னாங்க. அதனால எடுத்துக்கிட்டு வந்துட்டேன். இருந்தா கூட்டி வராம இருப்பேனா?'

'ஓ காட்!' ப்ரேமலதாவின் கண்கள் இருண்டன. இந்துவை அழைத்துச் சென்றுவிட்டான்! கடவுளே! என்ன செய்வேன்?'

'குட்பை ஆண்ட்டி, ஸி யூ!'

'நான் திரும்பியும் ஸ்கூல்ல பார்க்கறேங்க. இருந்தா போன் பண்ணச் சொல்றேன்! வரட்டுங்களா?'

அப்படியே தலையைப் பிடித்துக்கொண்டு நின்றாள். அவளைச் சுற்றிலும் மைதானமும் வீடுகளும் காலேஜ் சுவரில் எழுத்துகளும் சுழன்றன.

என்ன செய்வேன். என்னத்தைச் செய்வேன்! ப்ரேமலதா தன்னை நிலை நிறுத்திக்கொண்டு படபடவென்று வீட்டுக்கு நடந்து மாடிப்படிகளைத் தாவி ஏறி டெலிபோனை அடைந்து எடுத்து,

'ஹலோ! ஈஸ்வரி பிக்சர்ஸ் பரமானந்த் வந்தாரா! அவர் சம்சாரம் பேசறது...'

'வந்து கிளம்பிப் போயிட்டாருங்களே!'

'எங்கே போறதாச் சொன்னார்?'

'தேவி சர்க்யூட்டுக்கு!'

'தேவி சர்க்யூட்டா? பரமானந்த் வந்தாரா?'

'வரலியே இன்னம் வர்லியே!'

'அவர் வந்தா உடனே வீட்டுக்கு போன் செய்யச் சொல்றீங்களா? ரொம்ப அர்ஜெண்ட்!'

'சரிங்க, நம்பர் சொல்லுங்க!'

'அவருக்கு நம்பர் தெரியும்!'

அடுத்து பள்ளிக்குப் போன் செய்தாள்.

'தி ஸ்கூல் இஸ் க்ளோஸ்ட் மாடம். யார் வேணும் உங்களுக்கு?'

'பிரின்சிபல் அல்லது ஹெட்மிஸ்ட்ரஸ்!'

'வீட்டுக்குப் போயிட்டாங்களே! என்ன விஷயம்? இன்னிக்கு அரைநாள் ஆச்சே!'

'நீங்க யார் பேசறது?'

'அட்டெண்டர்ங்க!'

'என் பொண்ணு இந்துமதி பரமானந்தன்னு, தர்ட் பி படிக்குது. அது வீட்டுக்கு இன்னும் வந்து சேரலை!'

'அப்படியா! பஸ் எல்லாம் போயிடுச்சே.'

'தெரியும். ஸ்கூல்ல நல்லா தேடிப் பார்த்துட்டு அவ அங்க இருக்காளான்னு சொல்றீங்களா?'

'ஸ்கூல்ல ஒரு ஈ கிடையாதுங்க. இப்பத்தான் கிளாஸ் ரூம் எல்லாம் பூட்டிட்டு வந்தேன்.'

'அப்போ! உங்க பிரின்சிபாலை எப்படி காண்டாக்ட் பண்றது?'

'வீட்டிலே போன் இல்லீங்களே! விலாசம் தரட்டுமா? பஸ் வந்திருச்சா!'

'வந்திருச்சு.'

'அதில் வரலியா?'

'யாரோ வந்து அழைச்சுட்டுப் போனதா அவ கிளாஸ் பொண்ணு சொன்னா. என்ன ஒரு மட்டமான ஸ்கூல்யா உங்களுது? யாராவது அன்னிய ஆசாமி வந்தா எப்படி அனுமதிக்கலாம்? எப்படி என் பெண்ணைக் கூட அனுப்பலாம்? நான் உங்கமேல கேஸ் போடப்போறேன். படுபாவிங்களா! புகார் செய்யப் போறேன்!'

'எனக்கு அதெல்லாம் ஒண்ணும் தெரியாதம்மா? நான் ஒரு சாதாரண அட்டெண்டர்ம்மா.'

படக்கென்று டெலிபோனை வைத்தாள். அவள் விரல்கள் நடுங்க, நெஞ்சம் படபடக்க அலமாரிக்குப் போய் மாத்திரை தேடினாள். அவள் உடல் முழுவதும் பயஜுரம் பரவியிருக்க 'தெய்வமே தெய்வமே...' என்றாள். டெலிபோன் அடித்தது. கணவனை எதிர்பார்த்து எடுத்தாள்.

'ப்ரேமலதா! நான்தான்!'

'அவன்தான்!

'கவலைப்படாதே! உன் பெண் என்கிட்ட பத்திரமா இருக்கா!'

'வாட் டு யூ வாண்ட்!' என்று வெடித்தாள்.

'யூ!' என்றான்.

'ஏய்! நான் உனக்கு என்ன தீமை செஞ்சேன்? ஏன் என்னை இப்படி சித்திரவதை பண்றே? எதுக்காக என்னை இப்படிக் கொடுமை பண்றே?'

'ஹஹ்ஹா! நீ எனக்கு பண்ற தீமையெல்லாம் அவ்வளவு தூரத்தில் இருக்கிறதுதான்... அவ்வளவு அழகா இருக்கிறதுதான்! கொஞ்சம் உன் பெண் என்ன சொல்றான்னு கேக்கறியா?'

க்ளிக் என்று ஒரு டேப்ரிக்கார்டரின் விசை தட்டப்படும் சப்தம் கேட்டது.

சற்று நேரம் மௌனம். ப்ரேமலதா பயத்தில் உறைந்து நின்ற மௌனம்.

'மம்மி! நான்தான் இந்து... இந்த அங்கிள், நிறைய காமிக்ஸ் வெச்சிருக்கார். நிறைய சாக்லேட் தந்தார்... நீ எப்ப வரே மம்மி! நீ சீக்கிரம் வருவேன்னு அங்கிள் சொன்னார்...' பட்!

'கேட்டியா? உன் பெண்ணைப் பத்திக் கவலையே படாதே. நல்லா ட்ராட்ஸ் ஆடறா! புத்திசாலிப் பெண். முகஜாடை உன் போலவே இருக்கா! கன்னத்தைத் தடவிப் பார்த்தா என்ன ஸாஃப்ட்டா இருக்கு தெரியுமா?'

'ப்ளீஸ், ப்ளீஸ்! அவளை ஒண்ணும் செய்யாதே! ஒண்ணும் செய்யாதேடா பாதகா!' என்று அழுதாள்.

'அதுக்கு நீ உதவி செய்யணும்!'

'என்ன செய்யணும், என்ன செய்யணும்?'

'இப்ப என்ன மணி, ஒண்ணு இருவது. சரியா நாப்பது நிமிஷம் தரேன். அதுக்குள்ள நீ தனியா ஒரு இடத்துக்கு வரணும்!'

'வரேன், வரேன்!'

'போலீஸ்காரங்களைக் கூட்டிக்கிட்டா?'

'இல்லை, இல்லை!'

'உன் ஹஸ்பெண்டைக் கூட்டிக்கிட்டா?'

'இல்லை, இல்லை! தனியா வரேன்! எங்கே வரணும்?'

அவன் யோசிப்பது அவள் பயத்தைத் துரிதப்படுத்தியது.

'நீ போலீஸ் கமிஷனர் கிட்டதானே ரிப்போர்ட் பண்ணே?'

'இல்லை... இல்லை...'

'பின்ன யார்கிட்ட ரிப்போர்ட் பண்ணடி தேவடியா?'

'யார்கிட்டயும் இல்லை!'

'உன் பொண்ணு முழுசா வேணுமா, இல்லை பார்ட் பார்ட்டா வேணுமா உனக்கு?'

'ப்ளீஸ்! ப்ளீஸ்!'

'தனியா வரியா?'

'வரேன்!'

'சரியா நாப்பது நிமிஷம்...'

'எங்கே வரணும்? எங்கே?'

'விதான் சௌதா எதிர்த்தாப்பல ரெட்டை ரோடா இருக்கு பாரு! அங்க ட்ராஃபிக் லைட் இருக்கு பாரு. அங்க வந்து நில்லு. முதல்ல தனியா வந்திருக்கியான்னு பார்க்கறேன். அப்புறம்தான் எல்லாம்! என்ன வரியா!'

'வரேன்! அவளை ஒண்ணும் செய்யாதே! ப்ளீஸ்!'

'சரிதாண்டி, ரெண்டு மணிக்குள்ள ஓடிவா! வரப்போ ஸாட்டின் பாவாடை போட்டுக்கிட்டு வா! ப்ரா வேண்டாம்.'

'கட்டக்' என்று வெட்டப்பட்டது!

அப்படியே உட்கார்ந்து சரிந்து விசித்து விசித்து அழுதாள். அழுது கொண்டே மறுபடி தேவி சர்க்யூட்டுக்குப் போன் செய்தாள்.

'அவர் வரலிங்களே இன்னும்!'

எங்கே போய்த் தொலைந்தார்? என்ன நாசமாய்ப் போன பிஸினஸ், தேவைப்பட்டபோது ஆள் அகப்படாமல் இங்கு நான் படும் பாட்டைப் பற்றிக் கவலையே இல்லாமல்... அய்யோ என் குழந்தை! என் குழந்தை ஒன்றும் அறியாத இளந்தளிர். நல்லது கெட்டது என்பதே இனம் காண முடியாத அப்பாவி! என்ன செய்வேன். போலீஸ்! போலீஸ் வேண்டாம்! நான் போகிறேன்! போய்த் தொலைகிறேன்! இரண்டு மணி. இங்கிருந்து ஆட்டோ பிடித்துப் போக இருபது நிமிஷம் ஆகும். மணி என்ன? ஒன்று இருபத்தெட்டு... எழுந்தாள். அழுதுகொண்டே அலமாரியைத் திறந்தாள். அழுதுகொண்டே பர்ஸை எடுத்தாள். நூறு ரூபாய் நோட்டாக இருந்தது. சில்லறையாக ஒரு ரூபாய்தான் இருந்தது. அழுதுகொண்டே சாவியைத் தேடினாள். செருப்பை மாட்டிக்

கொண்டாள். கண்ணீரை மறைக்க கண்ணுக்குக் கூலிங்கிளாஸை மாட்டிக்கொண்டு கைக் குட்டையில் மூக்கு சிந்திவிட்டு வீட்டைப் பூட்டிக்கொண்டு புறப்பட்டாள்.

கமிஷனர் பிரபாகர் ராவின் ஆணைப்படி அந்த வீட்டை ஒரு போலீஸ் அதிகாரி மஃப்டியில் அடையாளமற்ற அம்பாஸடர் கார் ஒன்றில் சற்றுத் தூரத்திலிருந்து கண்காணித்துக் கொண்டிருந் தார். ப்ரேமலதா படபடப்புடன் வெளிவருவதைப் பார்த்தார். சற்றுமுன் அவள் தெருக்கோடிக்குச் சென்றதையும் அவள் தோற்றத்தில் இருந்த அதீதமான அவலத்தையும் பார்த்தார்.

ப்ரேமலதா அந்த காரை நோக்கி நடந்து வந்து அருகில் எதிரே மளிகைக்காரரிடம் நூறு ரூபாய்க்குச் சில்லறை வாங்குவது தெரிந்தது. அவள் கன்னங்கள் அழுது வீங்கியிருந்ததும் தெரிந்தது.

'ஸம்திங் ராங்! ஏதாவது டெலிபோன் வந்திருக்கவேண்டும்.'

'போய் விசாரிக்கலாமா சார்!' என்றார் டிரைவர்.

'வேண்டாம்! அவள் எங்கே போகிறாள் என்று பார்க்கலாம்.'

தெருமுனையில் ஒரு ஆட்டோவைத் தடுத்து நிறுத்தி அதில் ஏறிக்கொண்டாள்.

'பின்னால் போ! ஏதாவது ஆபத்து என்றால் அருகே செல்லலாம்.'

ஆட்டோ ரிக்ஷா தத்தித் தத்தி உற்சாகத்துடன் சென்றது. அதனுடன் மறைமுகமாக ஒட்டவைத்ததுபோல் எப்போதும் சற்றுத் தூரத்தில் அந்த போலீஸ் கார் தொடர்ந்தது.

சுனில் ஒன்றரை மணிக்கே விதான் சௌதாவின் அருகில் வந்து நின்றுகொண்டான். கடிகாரத்தைப் பார்த்தான். தன் கேமராவைப் பார்த்தான். இன்னும் பதினைந்து நிமிஷம். எதிரே போக்கு வரத்தை ஒழுங்கு செய்துகொண்டிருந்த போலீஸ்காரரைப் பார்த்துச் சிரித்தான். மெல்ல நடந்தான். சுனில் தன் மோட்டார் சைக்கிளிலோ அல்லது காரிலோ வரவில்லை. ஒருவேளை அவள் போலீஸ் உதவியுடன் வந்திருந்தால்... தன் வாகனத்தின் எண்ணை அவர்கள் குறித்துக் கொண்டால்? சுலபமாக அகப்பட்டு விடுவோம். என்னைப் பிடிப்பது அவ்வளவு சுலபமல்ல. இதுவரை அவர்கள் ஒருவரும் என்னை நேராகப் பார்த்ததில்லை.

இதோ இந்தப் பிரதேசத்தில் காலார நடந்து செல்லும் எத்தனையோ சாதாரணர்களில் நானும் ஒருத்தன். அந்தப் பெண்ணின் முகம் ஞாபகத்தில் உறுத்தியது.

'எங்க அழைச்சுட்டுப் போறீங்க அங்கிள்?'

'உங்க அம்மாவைக் கூட்டிவர! இந்து, கொஞ்ச நேரம் இங்கேயே இரு! இந்தா இன்னும் காமிக்ஸ்! இந்தா சாக்லெட்! பயப்படாம இரு. ஓடியே வந்துர்றேன் என்ன? அப்புறம் வந்து நாம ரெண்டு பேரும்...இல்லை நாம மூணு பேரும்... நான், நீ, அம்மா, மூணு பேரும் விளையாடலாம். உனக்கு என்ன விளையாட்டு பிடிக்கும்?'

'ஹைட் அண்ட் ஸீக்!'

'எனக்கும் அது பிடிக்கும்...'

'சீக்கிரம் வந்துருங்க!'

'வந்துடறேன் கண்ணு! அங்கிளுக்கு ஒரு கிஸ் கொடு.'

'சீக்கிரம் திரும்பச் சென்றுவிட வேண்டும். அந்த பெண் அதிக நேரம் அந்தத் தனி வீட்டில் சும்மா இருக்க மாட்டாள். ராஜ்மகால் விலாஸ் எக்ஸ்டென்ஷனில் அவர்கள் புதிய வீடு, இன்னும் பெயிண்ட் அடித்து முடிக்கப்படாமல் ஒன்றிரண்டாக நிறைய வீடுகள். அங்கேதான் அவளையும் அழைத்துச் சென்று... என்ன செய்யவேண்டும்? கேமரா! சுனில் தன் கேமராவின் வ்யூஃபைண்டரில் அந்தப் பிரம்மாண்டமான கட்டடத்தைக் கவனித்து ஒரு முறை க்ளிக் என்றான்.

க்ளிக்! க்ளிக்! எத்தனை க்ளிக்குகள் பாக்கி இருக்கின்றன...

ப்ரேமா! பயப்படாதே! உன்னை நான் தொடமாட்டேன். இதப் பாரு! க்ளிக், கொஞ்சம் திரும்பு க்ளிக்... அப்படியே சாஞ்சுக்க, க்ளிக்...

சுனில் அந்த ட்ராஃபிக் விளக்கின் அருகில் வந்து நின்றான். அதன் இயந்திர நிறுத்தங்களுக்கு மரியாதை கொடுத்து வாகனங்கள் தயங்கிச் செல்ல ஒரு மரத்தடி பெஞ்சில் உட்கார்ந்தான்.

எதிரே ஹோட்டல் பராக் வலதுபுறம் சற்று தூரத்தில் காவி வர்ண கோர்ட்டு கட்டடங்கள்... இங்கிருந்து நடைதூரத்தில் கமிஷனரில்

அலுவலகம். சே! அங்கேயே வரச் சொல்லியிருக்கவேண்டும். போலீஸ் மிஷினின் மகத்தான நிழலிலேயே இதை நடத்திக் காட்டியிருக்கலாம்.

அந்த ஆட்டோ ரிக்ஷா வந்து ஓரத்தில் நிற்க ப்ரேமலதா இறங்குவதைப் பார்த்தான் சுனில்!

சற்றுத் தயக்கத்துடன் பாதை ஓரத்துக்கு வந்து அவள் நிற்பதை யும், சுற்றுமுற்றும் நோக்குவதையும் பார்த்தான். அவசர மில்லை. முதலில் அவளைக் கடந்து நடந்து எதிர்சாரியிலிருந்து கவனிக்கலாம். அவள் நிஜமாகவே தனியாகத்தான் வந்திருக் கிறாள் என்று நிச்சயித்ததும் செயல்படலாம்.

சுனில் ப்ரேமலதாவை நிதானமாக அணுகினான்.

12

டிராஃபிக் விளக்கு முட்டாள்தனமான ஒழுங்கில்
சிவப்பு, அம்பர், பச்சை என்று திரும்பத் திரும்ப
விழித்துக் கொண்டிருந்தது. ப்ரேமலதா அதன் அருகில்
வந்து நிற்பதை சுனில் பார்த்தான். வந்துவிட்டாள்!
சொன்ன சொல்லைக் காப்பாற்றிவிட்டாள்! சுனிலின்
கண்கள் சாலையைப் பெருக்கின. போலீஸ் வண்டி
எதையும் காணோம். தனியாகத்தான் வந்திருக்கிறாள்...
கார்களும் ஸ்கூட்டர்களும்தான் தென்படுகின்றன...
தைரியமாக அவள் அருகில் செல்லலாம். என்ன
செய்யவேண்டும்? அவளை அழைத்துக்கொண்டு
செல்லலாம். எப்படி? நான் முன்னால் போக அவள்
பின்னால் வரவேண்டும். ஆம். கன்றுக்குட்டியைத்
தலையில் சுமந்துகொண்டு பால்காரன் செல்ல, பின்
னால் மைல் கணக்கில் நடக்குமே பசு, அது போல...
சுனில் மெல்ல அவளை நெருங்கினான். சற்று தூரத்தில்
ஊர்ந்து வந்துகொண்டிருக்கும் போலீஸ் அம்பாஸடரை
அவன் கவனிக்கவில்லைதான்! ப்ரேமலதாவை அணுகி
ஏதாவது பேசியிருந்தால் நிச்சயமாக அகப்பட்டிருப்
பான். அகப்படவில்லை. காரணம் அவன் பழக்கம்...

நடந்துகொண்டே இருந்தவனுக்கு அந்தச் செயலின்
எதிர்பார்ப்பில், உடல் எல்லாம் ஒருவிதப் பதற்றம் பரவ
சட்டென்று சுனிலுக்கு ஏக்கம்! விரல் நுனிகள் பதற
உதடுகள் வரவரவென்று துடிக்க நாசித்துவாரத்தில்
நமநம என்று மார்புக்குள் 'அந்தக் கனவுக் காற்றைக்

கொண்டுவா! எனக்கு உடனே வேண்டும். வேண்டும்' என்று ஆத்திரமும் தாகமும் பரவ, அதன் சர்வ அங்கங்களும் அந்தத் தங்கச் சரக்குக்கு ஏங்கின. சுனிலால் மேற்கொண்டு நடக்க முடியவில்லை. முழங்கால் தொய்ந்தது. கஞ்சாவுக்குக் கெஞ்சியது. போட்டால்தான் ஆச்சு என்று அவன் உடலமைப்பு முழுதும் உரத்த குரலில் ஆணையிட்டது.

இந்த நிலையில் அவளை அணுகி ஒரு வார்த்தை பேச முடியாது. கோர்வையாகச் சிந்திக்க முடியாது. இதோ இந்த இடத்திலிருந்து கலாசிப்பாளையம் பதினைந்து நிமிஷம்தான். ஓடிப்போய் ஒரு டோஸ் எடுத்துக்கொண்டு உடம்பு நிதானித்த பின்தான் என்னால் செயல்பட முடியும். இவள் காத்திருப்பாள். மகளுக்காக மணிக்கணக்கில் காத்திருப்பாள். அரை மணிக்குள் திரும்பி வந்துவிடலாம்.

சுனில் ஒரு ஆட்டோவைத் தடுத்து நிறுத்தி அதனுள் பாய்ந்து 'கலாசிப்பாளையம்' என்றான்.

ஆட்டோ, அணுகும் போலீஸ் அம்பாஸடரைக் கடந்து சென்றது...

'என்ன இங்கேயே நின்னுட்டிருக்காங்க? யாரையாவது சந்திக்கப் போறாங்களா?'

'தெரியலை. கொஞ்சநேரம் பார்க்கலாம். அப்புறம் கிட்டப் போய் விசாரிக்கலாம்' என்றார் வண்டிக்குள் மஃப்டியில் இருந்த இன்ஸ்பெக்டர்.

சுனில் கலாசிப்பாளையத்தை அடைந்து சந்து திரும்பி மற்றொரு சந்து திரும்பி அந்த இடத்தை அடைந்தபோது வழக்கம்போல் பூட்டியிருந்தது. வழக்கம்போல் சங்கேதத்தில் கதவைத் தட்டினான். ஜன்னல் திறந்து ஒரு தலை எட்டிப்பார்க்கும் என்று காத்திருந்தான். ம்ஹூம். மறுபடி தட்டினான். யாருமே எட்டிப் பார்க்கவில்லை. சுனிலின் தேவை அவனைச் சாப்பிட ஆரம்பித்தது. வாயைத் திறந்து பெரிசாகக் காற்றை இழுத்துச் சுவாசித்தான். நிஜமாகவே பூட்டியிருக்கிறது. அந்தப் பையன் அடுத்த சந்தில் டயர் பஞ்ச்சர் அடைக்கும் கடையில் உட்கார்ந்திருப்பான். தெரியும். சுனில் அங்கே ஓடினான்.

'சாவி எங்கிட்ட இல்லீங்களே! சாயங்காலம்தான் திறப்பம்.'

'சாவி யார்கிட்ட இருக்கு?'

'முதலாளிகிட்ட.'

'முதலாளி எங்கேடா?'

'அதை நான் சொல்லக்கூடாதுங்க. யாரையாவது அழைச்சுக்
கிட்டு வந்தா கொன்னுபோட்டுருவேன்னு சொல்லியிருக்காரு.'

'இந்தாடா ரூபா.'

'வேண்டாங்க. சொல்ல மாட்டேங்க.'

'நான் சொன்னதா சாவி எடுத்துட்டு வந்து, எனக்கு ஒரு அஞ்சு
ரூபா மால் கொடு, போதும்...'

'முதலாளி சாவி தர மாட்டாருங்களே.'

அவனைப் பிடித்து உலுக்கி, 'இப்ப வாங்கிட்டு வரப் போறியா
இல்லையா?' என்று உதறினான்.

'அண்ணே, பாருங்கண்ணே.'

'என்ன பிரதர், சின்னப் பயலை சதாய்க்கிறே?'

'அய்யா, எனக்கு அவசரமா தேவை, இதப் பாருங்க, உடம்பு பூரா
நடுங்குது...'

'ராசு ஒண்ணு செய்டா. இந்த ஆள்கிட்ட ஒரு லெட்டர் வாங்
கிட்டுப் போய் முதலாளிகிட்ட காட்டு... அவர் சாவி
கொடுப்பார்...'

'சரிங்க...'

கடிதம் எழுதுகையில் கை நடுங்கியது. 'இந்தாங்க ஒரு சார்மினார்
குடிங்க. கொஞ்சம் ஸ்டெடி ஆகும்...'

சிகரெட் பற்ற வைத்து இழுத்ததும் சற்றுக் கட்டுப்பட்டது கரம்.
எழுதினான்.

I want the key urgently. I am in desperate need...

'ஓடுடா, போய் காட்டிட்டு சாவி வாங்கிட்டு வாடா!'

‘நல்ல குளிர்ந்த தண்ணி அல்லது கூல்ட்ரிங்ஸ் சாப்பிடு தம்பி! பார்த்தா பணக்காரப் பிள்ளை மாதிரி தெரியறே. இந்தப் பழக்கத்தை எங்க புடிச்சுக்கிட்டே!’

‘சில வேளைங்கள்லதான் இப்படி வருது..’

‘ஐஸ்கட்டி கொண்டு வரச் சொல்லட்டுமா? கன்னத்தில் வெச்சுத் தேச்சுக்க. இல்லை ஒரு ரம் அடிக்கறயா?’

‘அதுக்கெல்லாம் நிக்காதுங்க!’

‘வாஸ்தவம்தான். ஒரு இழுப்பு இழுத்தா பட்டுனு போயிடும், தெரியும்!’

சுனில் பாதி சிகரெட்டைக் கொடூரமாகத் தேய்த்து அணைத்தான்.

பையன் ஓடி வந்தான்.

‘என்ன சாவி கிடைச்சுதா?’

‘கொடுத்தாருங்க!’

அப்பாடா! இப்போதே இந்த எதிர்பார்ப்பிலேயே கிட்டிவிடும் என்கிற சாத்திய சத்தியத்திலேயே அவன் நடுக்கம் குறைய ஆரம்பித்துவிட்டது. ‘சீக்கிரம் வா! சீக்கிரம் சீக்கிரம்...’

அவன் பின் ஓடினான்.

பிரபாகர் ராவின் அலுவலகத்தில் இடம் பற்றவில்லை. ப்ரேமலதா, பரமானந்த், இரண்டு இன்ஸ்பெக்டர்கள், நவநீத்குமார், ரெட்டி.

ப்ரேமலதா திரும்பத் திரும்ப, ‘என் குழந்தை, என் குழந்தை... என் குழந்தை!’ என்று விசித்து அழுதுகொண்டிருந்தாள். பரமானந்தின் முகம் மிகவும் கடுமையாக இருந்தது. ரெட்டியும் நவநீத்குமாரும் சற்றுக் கவலையுடன் பிரபாகர் ராவைப் பார்த்துக்கொண்டிருக்க, அவர் முகத்தில் எந்தவிதச் சலனமும் இல்லாமல் இருந்தது. ‘இத பாருங்கம்மா, நீங்க செய்ய இருந்தது முட்டாள்தனமான காரியம்!’

‘ஸாரி கமிஷனர், இந்தக் கேஸில் போலீஸ் ரொம்ப குட்டையைக் குழப்பிட்டாங்க! அவனைச் சுலபமா அன்றைக்கு பார்க்கில்

வெச்சுப் பிடிச்சிருக்க வேண்டியது... இப்ப பாருங்க, எவ்வளவு சிக்கலாய்டுச்சு!'

'என் குழந்தை! என் குழந்தை! இந்து ! இந்து!'

'நடந்து போனதைப்பத்தி இப்ப பேசறதில அர்த்தமே இல்லை மிஸ்டர் பரமானந்த்...'

'நீங்க இதுவரைக்கும் என்ன செஞ்சிருக்கீங்க...'

'இதப் பாருங்க, முதல்ல போலீஸ்மேல நம்பிக்கை வேணும். அரைகுறையா எங்ககிட்ட விஷயங்களைச் சொல்றதும், சில விஷயங்களை மறைச்சு வெச்சுடுறதும் கூடவே கூடாது... இந்தம்மா தனியாப் போக முயற்சி பண்ணது தப்பு, முட்டாள் தனம்.'

'நான் என்ன செய்வேன்? போலீஸ்கிட்ட சொன்னா கொன்னுடுவேன்னு பயமுறுத்தினானே?'

'அதுக்காக தனியா அவன் பின்னாடி போறதா? அறிவு கெட்ட முண்டம்!'

'என்னைத் திட்டுங்க! முக்கியமான சமயத்தில காணாமப் போயிடுங்க!'

'சம்பாதிக்க வேண்டாமா! என் பிழைப்பே இதுதானே! உன் மாதிரி வீட்டில இருந்துட்டு உடம்பெல்லாம் தெரியற மாதிரி புடைவை உடுத்திட்டு வெளில ஸய்யுனு வாக்கிங் கிளம்பினா இந்த மாதிரி சிக்கல்கள் நிச்சயம் வரத்தான் வரும்!'

'இந்தப் பொல்லாப்பு வேறயா? பொண்ணைப் பறிகொடுத் துட்டு...' அதற்குமேல் பேச முடியாமல் அவள் பெரிதாக அழுதாள்.

பிரபாகர் ராவ், 'டொமெஸ்ட்டிக் மேட்டர் எல்லாம் அப்புறம் வெச்சுக்கலாம்... முதலில் அவர்களை ட்ரேஸ் பண்ணலாம்!' என்றார். எப்படி? எப்படி என்று அவருக்கு இதுவரை புலப்பட வில்லை. 'உங்க பொண்ணு உங்களோட டெலிபோன் பேசிச் சாம்மா?'

'இல்லை டேப்ரிகார்டட்! அய்யோ தெய்வமே! என்ன செய்யப் போறானோ?'

'எப்படி ஸ்கூல்ல இவ்வளவு சுலபமா விடப்போகும். என்ன எளவு ஸ்கூல்யா அது! கூப்பிட்டு வாய்யா பிரின்சிபால், ஹெட்மிஸ்ட்ரஸ், கிளாஸ் டீச்சர் எல்லாரையும்!'

'எஸ் சார்!'

'அப்புறம் சிங்கைக் கூப்பிடு.'

'கமிஷனர் சார், இப்ப என்ன செய்யச் சொல்றீங்க!'

'அவன் அடுத்த கால் வர்றவரைக்கும் காத்திருக்கணும்... பணம் ஏதாவது கேட்டானாம்மா?'

'இல்லைங்க... என்னை வரச்சொல்லிட்டு...'

'வேற ஏதாவது சொன்னானா?'

'ம்.'

'என்ன?'

'அதை சொல்லக் கூசுது.'

'இதில் எழுதிக் காட்டுங்க!'

அவள் தயக்கத்துடன் காகிதத்தில் எழுதி அதை மடித்து பிரபாகர் ராவிடம் கொடுத்தாள்.

'ஸாட்டின் பாவாடை அணிந்து கொண்டு வா என்றான்.'

பரமானந்த் எட்டிப் பார்த்தார்.

'மை காட்! பர்வர்ட்! ஓ மை டாட்டர்!'

'பணம் எதுவும் கேக்கவே இல்லை, ஷ்யூர்?'

'ஷ்யூர் சார்.'

பிரபாகர் ராவ் சிந்தனையில் ஆழ்ந்தார்... பணக்காரன். கஞ்சா அடிப் பவன். இளைஞன். வக்கிர புத்திக்காரன். எப்படிப் பிடிப்பது?

'உங்க பொண்ணுக்கு என்ன வயசும்மா?'

'எட்டு! சார்! வெறும் பைத்தியம் அது. விவரமே தெரியாத பொண்ணு. எல்லாரோடையும் சிரிச்சுப் பேசும்.'

‘உன்னை மாதிரி!’

‘மிஸ்டர் பரமானந்த், டீஸ் பண்ணாதீங்க. அந்த ஒரு தாயுடைய நிலையில் உங்களை நினைச்சுப் பாருங்க. ஏற்கெனவே நொந்து போயிருக்காங்க.’

ப்ரேமலதா மறுபடி பெரிசாக அழ ஆரம்பிக்க, ‘இவளை உங்களுக்குத் தெரியாது சார்.’

சர்க்கிள் இன்ஸ்பெக்டர் சிங் உள்ளே வர, ‘சிங், நான் அன்னிக்கு ஒப்பியம் டென்னெல்லாம் கண்காணிக்கச் சொன்னேனே, ஏதாவது செஞ்சிங்களா?’

‘ரெண்டு மூணு எடத்துக்குப் போயிருந்தோம் சார், குறிப்பிடும் படியாத் தகவல் இல்லை, பெரும்பாலும் இரானியர்கள்தான் வர்றாங்க. வந்த இந்தியர்களில் இளைஞர்கள் இல்லை. ஒரு சைனாக்காரன் கமர்ஷியல் ஸ்ட்ரீட்ல ட்ரைகிளீன் ஷாப் வெச்சிருக்கான்.’

‘எல்லா இடத்தையும் பார்த்துட்டீங்களா?’

‘கலாசிப்பாளையத்தில் ஒரு இடம் பாக்கி. சாயங்காலம் போகலாம்னு இருக்கோம்.’

‘சரி, சாயங்காலம் நானும் வரேன்!’

‘எஸ் சார்!’

பரமானந்த், ‘என்ன ஏதாவது க்ளூ கிடைச்சதா சார்! அவனைப் புடிச்சுறலாமா...’ என்றார். ‘எல்லாம் உன்னால!’

‘இதப் பாருங்க. போலீஸ் ஒரு தேர் மாதிரி அல்லது தெய்வம் மாதிரி... நின்னு கொல்லும். மெல்ல மெல்ல, படிப்படியா... ஆனா தீர்மானமா நடக்கும்.’

‘அதுக்குள்ள இருக்கிற பெண் குழந்தைகள் எல்லாம் கற்பழிக்கப்பட்டு...’

‘டோன்ட் இமேஜின் திங்க்ஸ்! மிஸஸ் பரமானந்த், ஸாரி, இந்த நிலையில் உங்களுக்கு ஆறுதலாக் குறிப்பிட்டு எதுவும் சொல்ல முடியாத நிலையில் இருக்கேன். ஆனா உங்க பெண்ணை மீட்டுக் குடுக்கறது எங்க கடமை. டெலிபோன் வந்தா அவன்

சொல்றதைச் செய்யறேன்னு சொல்லிடுங்க. எதிர்த்துப் பேசாதீங்க. ஆனா உடனே எங்களுக்கு தகவல் சொல்லிடுங்க. இப்படி தனியா தேடிட்டுப் போற பிஸினஸ் வேண்டாம். என்ன? கொஞ்சம், கொஞ்சம் எங்ககிட்ட பொறுமையா இருங்க. ப்ளீஸ், அழாதீங்க.'

ப்ரேமலதா கண்களைத் துடைத்துக்கொண்டாள்.

சுனில் தன் சட்டையை தூசு தட்டிக்கொண்டு கதவைத் திறந்தான். உள்ளே கீழே உட்கார்ந்துகொண்டு டின்டின் காமிக்ஸ் படித்துக் கொண்டிருந்த இந்து சட்டென்று எழுந்து 'அங்கிள் வந்துட்டீங் களா?'

'வந்துட்டேன் டார்லிங். அம்மாவுக்கு டெலிபோன் செஞ்சனா? விதான் சௌதா இல்லை? அதுக்கு எதிர்ல வரச் சொன்னேனா... அங்க போறதுக்கு முன்னால எனக்கு ஒரு சின்ன வேலை இருந் தது. அதை முடிச்சுட்டு அங்க போய்ப் பார்த்தா அம்மாவைக் காணோம்! வீட்டுக்குப் போய்ட்டாப்பல. கவலைப்படாதே! இந்தா.' பிஸ்கட், சாக்லெட் பாக்கெட்களை வைத்தான். சாண்ட் விச் பொட்டலங்களைப் பிரித்தான். 'இந்தா, சார்லி பிரவுன் படிச்சிருக்கியா?'

'அது படிச்சதில்லை அங்கிள்... எப்ப அம்மாகிட்ட போறது?'

'முதல்ல என்ன செய்யலாம்! இங்க இருந்து பக்கத்தில ஒரு பூத்ல போய் அம்மாவுக்கு போன் பண்ணலாம். அம்மாவோட நீயே பேசறியா?'

'சரி அங்கிள்.'

'அதுக்கு முன்னாடி நீ ரொம்ப அழுக்கா இருக்கே பாரு... உடம்பை அலம்பிக்க வேண்டாமா?'

'சரி.'

'வா அலம்பிவிடறேன்.'

13

இந்து அங்கிள் சுனிலைப் பார்த்து வசீகரமாகச் சிரித்தாள். 'அய்ய! ஷேம் ஷேம், நானேதான் டிரஸ் பண்ணிக்குவேன்' என்றாள்.

சுனில் சரி என்று அவள் கன்னத்தில் தட்டினான்.

'அங்கிள், மம்மி இவ்வளவு சாக்லெட் தரமாட்டாங்க. இத்தனை தின்னதாச் சொல்லிடாதீங்க!'

'சரி.'

'ப்ராமிஸ்?'

'ப்ராமிஸ்.'

'நல்ல அங்கிள்...' இந்து அந்த காலி அறையுடன் இணைந்திருந்த பாத்ரூமுக்குள் சென்று சற்று நேரத்தில் ஈர முகத்துடன் வந்தாள். தண்ணீரை இரைத்து விளையாடி இருக்கிறாள். கவுன் எல்லாம் நனைந்திருந்தது. முகத்தில் அவளுடைய சிறிய புன்னகைப் பற்களுக்குப் போட்டியாக நீர் முத்துகள் கொட்டின.

சுனில் தன் கைக்குட்டையால் அவள் முகத்தைத் துடைத்து விட்டான். அவளை ஜன்னல் விளிம்பில் நிற்கவைத்து தலை வாரி விட்டான்.

'நைஸ் கர்ள், வெரி நைஸ் கர்ள்.'

இந்து அவன் கையைத் தள்ளினாள்.

'இப்ப நேராப் போயி மம்மியோட டெலிபோன்ல பேசலாம். 'மம்மி, உடனே வா'ன்னு சொல்றியா?'

'சரி அங்கிள்.'

'நான், நீ, மம்மி மூன்று பேரும் பிக்னிக் போகலாமா? அப்புறம் உன்னையும் மம்மியையும் சேர்த்து போட்டோ எடுக்கப் போறேன்.'

'மம்மியைக் கட்ட்...டிண்டு?'

'ஆமாம், கட்டிண்டு.'

டெலிபோன் ஒலித்தபோது அதன் அருகே பரமானந்த், ப்ரேமலதா, இன்ஸ்பெக்டர் நவநீத்குமார், இன்ஸ்பெக்டர் ரெட்டி நால்வரும் இருந்தார்கள்.

'எடுங்கம்மா! எடுத்துக் கேளுங்கம்மா?'

'ஹலோ.'

'ம்ம்..மி... நான் யார் சொல்லு?'

'இந்து, இந்து என் கண்ணே... என் செல்லக்குட்டி...

டெலிபோனுடன் ஒரு பிக்-அப் இணைக்கப்பட்டு ஒரு டெலிபோன் ஆம்ப்ளிஃபையரின் ஸ்பீக்கரில் பேச்சு பெரிது படுத்தி எல்லோருக்கும் கேட்டது. மற்றும் ஒரு டேப் ரெகார்டருடன் தொடர்பும் இருந்தது. அதன் கேஸட் சுழன்று கொண்டிருந்தது. அதனுள் ஒரு பச்சை முள் பேச்சுக்கு ஏற்பத் துடித்தது.

'உனக்கு ஒண்ணுமில்லையே இந்து... இந்து...'

'இல்லையம்மா. இந்த அங்கிள் ரொம்ப நல்லவர். அங்கிள்கிட்ட நீ வரியா? நம்ம ரெண்டு பேரையும் போட்டோ எடுக்கப் போறார்...'

'இந்து!' வெடித்து, பின் புடைவையைக் கடித்துக்கொண்டு மௌனமாக அழுதாள்.

'மம்மி!'

'மம்மி!'

'என்ன இந்து?'

'சீக்கிரம் வந்துரு மம்மி. வர்றப்ப சவிகிட்ட ஹோம் ஒர்க் என்னன்னு கேட்டுட்டு வந்துர்றியா? இந்தா, அங்கிள்கிட்டப் பேசு.'

'ஹாய் ப்ரேமா?'

'அய்யோ, அய்யோ, உனக்கு என்னடா வேணும் கொலை பாதகா...'

'நான்தான் சொன்னேனே. ஸாரி, மத்யானம் வர முடியலை, உடம்பு ஒருமாதிரி இருந்தது. பக்கத்தில யாரும் இருக்காங்களா?'

'இல்லை.'

'என்னது கர்புர்னு சத்தம்!'

'தெரியாது...'

'யாரும் இல்லைதானே? உன் ஹஸ்பண்ட், போலீஸ்?'

'இல்லை தனியாத்தான் இருக்கேன்...'

'ப்ரேமா, நான் சொல்றதைக் கவனமாக் கேளு. உங்கிட்ட மாக்ஸி இருக்கா?'

பரமானந்த் தாங்க முடியாமல் டெலிபோனைப் பிடுங்கி 'அடேய், ப்ளடி பாஸ்டர்ட். உன்கிட்ட... உன்கிட்ட... உன்னை வயிற்றைக் கீறி குடலை உருவி மாலை போடலைன்னா என் பேர் பரமானந்த் இல்லை...' ஆங்கிலம் இந்தியில் காட்டமான திட்டு வார்த்தைகளைப் பிரயோகித்தார்.

நவநீத்குமார் 'பரமானந்த், கண்ட்ரோல் யுவர்ஸெல்ஃப்' என்று அழுத்தமாகப் பேச,

'என்னய்யா போலீஸ் நீங்க? கையாலாகாத எருமை மாட்டுப் பசங்க! ஒரு ஆளை நூறு பேரால பிடிக்க முடியலை! என் குழந்தையை முழுசா எடுத்துக்கிட்டு மூஞ்சி முன்னால ஓடியிருக்கான். ஆல் யு பாஸ்டர்ட்ஸ் ஸ்டிங்க், ஐ ஸே! ...யைத் தேச்சுட்டு

சோபா மேல உக்காந்துட்டு எங்க வீட்டுக் காப்பியையும் குடிச்சிட்டு உக்காந்திருக்கீங்க. அவனை நேராப் போயி சுட வேண்டாம்.'

சுனிலின் குரல் ஒலித்தது. 'ப்ரேமா! அப்படியா சேதி? போலீசைப் பக்கத்தில் வெச்சுருக்கியா? அவ்வளவுதான், ஆட்டம் க்ளோஸ்!'

'ப்ளீஸ்! ப்ளீஸ் வெச்சுறாதே, வெச்சுறாதே! என்ன செய்யணும்? சொல்லு, சொல்லு.'

'சொல்றேன், சமயம் வரட்டும்!'

க்ளிக் என்று டெலிபோனை வெட்டினான் சுனில்.

'என்ன அங்கிள், மம்மி வராளா?'

'வருவா, வராமப் போயிடுவாளா? வா இந்து, வீட்டுக்குப் போகலாம்!'

'எங்க வீட்டுக்கா! நீயும் வரியா!'

'முதல்ல எங்க வீட்டுக்கு. அப்புறம் உங்க வீட்டுக்கு, மம்மி வந்துகிட்டே இருக்காளாம்...'

'அங்கிள் யு ஆர் வெரிகுட்...'

'எஸ், வெரிகுட்!'

பிரபாகர் ராவ் கேஸி ரோடு முனையிலேயே வேனிலிருந்து இறங்கிவிட்டார். 'மோகன் நீங்க வாங்க, வேன் இங்கேயே இருக்கட்டும்.' மெல்ல பின் கையைக் கட்டிக்கொண்டு நடந்தார். இருவரும் மஃப்டியில் இருந்தார்கள். மாலை ஆறு மணி இருக்கும். மோட்டார் உதிரி பாகங்களின் மத்தியில் சர்தார்ஜி நின்றுகொண்டே டெலிபோன் பேசிக்கொண்டிருந்தான். கைவண்டிக்காரன் முந்தாநாள் பூரிகளுக்கு புனர் வாழ்வளிப்பதற்கு பெட்ரோமாக்ஸை பம்ப் அடித்துக் கொண்டிருந்தான். மூலக்கடை வாணலியில் வடைகள் கோஷ்டியாகத் தத்தளித்துக் கொண்டிருந்தன. பாட்டரி சார்ஜர்கள் ஜில் என்று கரண்ட் ஏற்றிக் கொண்டிருக்க அந்த அம்பாஸடர் மடியில் இரண்டு கால்கள் தெரிந்தன. தெலுங்குப் படத்துக்கு டிக்கெட் விற்றுக்கொண்டிருந் தார்கள். குல்லா வைத்த ராயர்கள் பூ வாங்கிக்கொண்டிருந் தார்கள்.

'பிடிக்க வேண்டாம். பார்க்கலாம். அவ்வளவுதான்' என்றார் பிரபாகர்.

'எஸ் சார்.'

'இடம் தெரியுமில்லை?'

'தெரியும்.'

பிரபாகர் ராவிடம் ஆயுதம் எதுவும் இல்லை. சந்து திரும்பி அந்தத் தாழ்வான ஓட்டுக் கட்டடம்வரை தொடர்ந்தார்.

'இதாங்க இடம்.'

'பூட்டியிருக்கு! உள்ளாறயா?'

'ஆமா சார்!'

ஒரு சிறுவன் அவர்கள் ஆகிருதியைப் பார்த்து ஓட நினைக்க அவனைக் கோழிக்குஞ்சை அமுக்குவதுபோல் பிடித்தார். 'எங்கடா ஓடறே ராஸ்கல். திறக்கச் சொல்லு!'

'அண்ணே, அண்ணே!'

கதவை உதைத்தார். 'ஜலங்!' என்றது.

'திறடா, திறடா!'

'யாரு?' என்று ஒரு ஜன்னல் தலை கேட்டது.

'உன் மாமன். திறடா!'

கதவு தயக்கமாகத் திறக்க இரானியர்கள் தரையில் உட்கார்ந்தும் படுத்தும் இருந்தார்கள். நடுவே மெழுகுவர்த்தி நடனம். குழல் உறிஞ்சல் சாதனங்கள் நெடி, மயக்கம், சொப்பன வளையங்கள்.

'இதானா! யார்றாவன், சரக்கு மாஸ்டர்?'

'அய்யா, அய்யா! அடிக்காதீங்க நான் கூலிக்காரன்யா.'

இரானியர்கள் அங்கே எதுவும் நடக்கவில்லை என்பது போல ஸ்திரமாக இருந்தார்கள்.

'க்ளோஸ் தி டோர்' என்றான் ஒருவன். வெளிச்சம் அவன் கண்களைச் சித்ரவதை செய்தது.

‘வாட் மிஸ்டர்? வாட் ஆர் யூ டூயிங் இன் எ ஃபாரின் கண்ட்ரி!’

‘ஹூ ஆர் யு?’ என்றான் இரான்.

‘ஆயதுல்லா கொமெனி. கெட் அப்!’

‘அய்யா அய்யா விட்டுருங்க.’

‘சிட் டவுன் ஆயதுல்லா.’

‘இதப் பாரு, உன்னை ஒண்ணும் செய்யமாட்டேன். நான் கேக்கறதைச் சொல்லிடு. இல்லை பல்லெல்லாம் தனித் தனியா கழட்டிடுவேன்.’

‘சொல்றேன்யா, சொல்றேன்யா.’

‘இங்க ஒரு இருபது இருபத்திரண்டு வயசுப் பையன் வந்தானா?’

‘நிறையப் பேர் வருவாங்க.’

‘இந்தியாகாரன்.’

அவன் யோசித்து, ‘ஒல்லியா வெடவெடன்னு ஒருத்தர் வருவாருங்க. அவரையா கேக்கறீங்க?’

‘அவர் வந்தாரா?’

‘மத்யானம் வந்திருந்தாங்க. கடை பூட்டியிருந்தது. அவசரமா மால் வேணும்னு திறக்கச் சொன்னாரு.’

‘அந்த ஆளு எப்படி இருப்பான்? வர்ணி.’

‘மோட்டார் சைக்கிள்ல வருவாருங்க. இன்னிக்கு நடந்துதான் வந்தாரு...’

‘சரி, ஆள் எப்படி?’

‘உங்க உயரம் இருப்பாங்க, ஒல்லியா சிவப்பா...’

‘பணக்காரனா?’

‘இங்க வர்றவங்க எல்லாம் பணக்காரங்கதாங்க...’

‘அந்தாளு பேர் தெரியுமா?’

‘தெரியாதுங்க. இருங்க இன்னிக்கு ஒரு காயிதத்தில் எழுதிக் கொடுத்தாருங்க... இதோ அந்தக் காயிதம் இருக்கா பாக்கறேன்.’

பையன் தன் கிழிந்த டிராயர் சட்டைப்பைகளில் தேடினான். கீழே கிடந்த காகிதத் துண்டுகளைப் பொறுக்கினான்...

‘இதோ இந்தாங்க.’

‘மசாலா சாமான்கள் வைத்து ஈரமும் எண்ணெயுமாக இருந்தது அந்தக் காகிதம். அதை வாங்கிப் பார்த்தார் பிரபாகர் ராவ்.

எஸ்! இனிஷியல் எஸ். வெரி இன்ட்ரஸ்டிங்.

மத்யானம் சுனில் முதலாளிக்கு அவசரமாகக் கடை திறக்கும்படி குறிப்பு எழுதிய கடிதம் அது.

அந்தக் கையெழுத்து மாதிரித்தான் தோணுது...

‘ஏய் சோக்ரா, இதப்பாரு, நான் உன்னை அரெஸ்ட் பண்ண மாட்டேன். பயப்படாதே அந்த ஆள் மறுபடி வருவானா?’

‘நிச்சயம் வருவாங்க. ஒருமுறை இங்க வந்தாச்சுன்னா மறுமுறை வராம போகமாட்டாங்க. இவங்கள்ளாரும் வளக்கமான கஷ்டமருங்க! பளக்கம் அப்படிங்க. உடாதுங்க.’

‘இவனுக்கு ஒரு குட்டி வேதாந்தம் பாருங்க! இதப் பாரு. அடுத்த முறை அந்த ஆள் வர்றப்ப நீ என்ன செய்யறே... அதப் பாரு சந்துமுனை அங்க ஒரு சைக்கிள் கடை இருக்குதில்ல? அதில் ஒரு கான்ஸ்டபிள் நின்னுகிட்டு இருப்பாரு சாதாரண டிரஸ்ஸில். அவர்கிட்ட உடனே தகவல் சொல்லணும். என்ன சொல்றியா?’

‘சரிதாங்க? சொல்றேன்.’

‘சொன்னே உனக்கு பத்து ரூபா கிடைக்கும்.’

‘சரிதாங்க!’

‘மோகன் நடக்க.’

வெளியே நடந்தபோது மோகன் சிங், 'அவன்தான்னு ஷ்யூரா சொல்ல முடியுமா சார்?'

'முடியாது மோகன். ஆனா இந்த கேஸில கிடைச்ச முதல் ப்ரேக் இது. அந்தக் கையெழுத்து எனக்கு நல்லா ஞாபகம் இருக்குது. குறிப்பா அந்த ஆங்கில ஐ எழுத்து அப்புறம் கீழ்நோக்கி சரிவா வரிகள்... இத உடனே அந்தக் கையெழுத்தோட ஒப்பிட்டுப் பார்த்துறலாம். நம்ம குரு ராஜாராவ் ஹேண்ட்ரைட்டிங் எக்ஸ்பர்ட்! பென் பிரஷர், அலைன்மெண்ட், ஸ்பீடு, லெட்டர் சைஸ்னு எண்ணூறு விஷயங்களைச் சொல்வார்.'

'சார் அவங்களை அரஸ்ட் பண்ணாம வந்துட்டமே.'

'கொஞ்ச நாட்களுக்கு விட்டுப் பிடிக்கலாம், வாங்க.'

இரவு எட்டு மணிக்கு, ஆறுமுகமும் குமாரியும் ஆறுமுகத்தின் அறையில் இருந்தார்கள். குமாரி பயந்த குரலில், 'யோவ் என்னை விட்டுருய்யா. தெரியாத்தனமாக உங்கிட்ட மாட்டிக்கிட்டேன். எனக்கு பயமாவே இருக்குது. புளியைக் கரைக்குது. பாத்ரூம் வருது... அந்தத் தொளில்னா தொந்தரவு கிடையாது. ஏதோ படுத்தோம், அஞ்சு நிமிஷம் எவனோ ஒருத்தன் மேல்மூச்சு வாங்கினான். வுளுந்தான், இறங்கினான். அப்புறம் கைமேல் காசு. ஆனா இது! அய்யோ திருட்டுன்னா இது...'

'இதப் பாரு குமாரி, இப்ப போய் ஜகா வாங்காதே. எல்லாம் ரெடி ஆய்டுச்சு. தாழியை உடைக்காதே! முதக் கதவைத் திறந்து உள்ள போறவரைக்கும் நான் பக்கத்தில்தானே இருக்கப் போறேன்! அதுக்கப்புறம் நீ என்ன செய்யறே...'

'அதான் படிச்சுப் படிச்சு சொல்லியிருக்கியே... சிரிக்காதய்யா' என்று அழுதாள்.

'பயப்படாதே, ஒண்ணும் ஆகாது.'

'இது என்ன?'

'டார்ச்சு. குட்டி டார்ச்சு, சங்கிலில மாட்டிக்க.'

'என்னை ரௌடி ராணியா ஆக்கிட்டே. என் தொளில்ல போலீஸ்ல மாட்டிக்கிட்டா மரியாதையா நடந்துப்பாங்க. இதில மாட்டிக்கிட்டேன், சவுட்டிப்புடுவாங்களேய்யா.'

‘மாட்டிக்கிட்டாத்தானே அந்தப் பேச்சு எல்லாம். நான் உனக்கு எவ்வளவு சவுகரியம் பண்ணிக் கொடுத்திருக்கேன்.’

‘உக்கும், சவுகரியம் பண்ணிக் கொடுத்தே!’

‘இதப் பார், செய்ய வேண்டியதை எல்லாம் மறுபடி ஒவ் வொண்ணாச் சொல்லு...’

‘நீ முதல்ல ஷட்டரைத் தொறந்து கொஞ்சம் உசத்தி என்னை உள்ளே விட்டுறுவே... அப்புறம் ஷட்டரை மூடிடுவே. அங்கதான்யா ரொம்ப உதைக்குது.’

‘உன் கை போற அளவுக்கு ஒரு இடைவெளி விடப்போறனா இல்லையா... எவ்வளவு பெரிசா இருக்குது... பாரு... உன் கை... பூசணிக்கா...’

‘கை விட்டுடுடாதய்யா...’

‘அப்புறம் என்ன சொல்லு?’

‘உள்ள போனால் முதல்ல கண்ணாடிக் கதவு... அதான் படிச்சுப் படிச்சு சொன்னியேய்யா.’

‘இதப் பார், நீ கச்சிதமா இருக்கே, திருடறதுக்கு ஏத்த பாடி உன்னுது. நினைச்சா உன்னைப் பொட்டலமா மடக்கி வெண்டி லேட்டர் வழியா அனுப்பிச்சுறலாம்...’

‘அ...ஆம் அனுப்புவே! நான் ஒருத்திதான் ரெடி இல்லை. நாளைக்கு வெச்சுக்கலாமே.’

‘சேச்சே, நினைச்சதை இன்னிக்கு முடிச்சே ஆகணும்! பூ கணக்கா செய்யப் போறோம். நாளைக்குக் காலைல ரெண்டு பேரும் லட்சாதிபதிங்க. நீ என்ன செய்யப் போறே பணத்தை வெச்சுக்கிட்டு?’

‘முதல்ல குர்பானி இன்னொரு முறை பார்த்தாகணும். அப்புறம் எங்கம்மாளுக்கு ஒரு சேலை. தங்கச்சிக்கு நாய்க்குட்டி மாதிரி ஒரு ரேடியோ.’

‘பெரிய செலவா ஒண்ணுமில்லையா?’

'நினைச்சே பார்க்க முடியலேய்யா! ஒரு லட்சத்துக்கு எத்தனை சைபர்?'

'நாளைக்கு காலைல சொல்றேன்' என்றான் ஆறுமுகம்.

'நாளைக்கு காலைல உன்னை எங்க வச்சுப் பார்க்கறதாம்.'

'என்னை நீ வந்து பார்க்கவே கூடாது. நான் உன்னை வந்து பார்க்கறேன். நகைகளை என்ன செய்யணும்... சொன்னது ஞாபகம் இருக்கா? சரி வா, போய் சாப்ட்டுட்டு சினிமாப் பார்த்துட்டு திருடலாம்' என்றான் ஆறுமுகம்.

14

'ஆ...ஆ...ஆ...ஆ...' என்று இந்து விடாமல் அழுது கொண்டிருந்தாள். உடம்பு குலுங்கிக் குலுங்கி கண்கள் வீங்கி மூக்கு நுனி சிவந்து 'மம்மி எங்கே, மம்மி எங்கே?' என்று அடிக்கடி கேட்டுக்கொண்டே புரியாத நிலையில் இருந்த அந்தச் சிறுமியிடம் சுனில், 'இதப் பார் கண்ணு! மணி எட்டு. இன்னும் கொஞ்சம் பொறு. மம்மி வந்துக்கிட்டே இருக்காங்க. டெலிபோன் பண்ணாங்க. உனக்கு ஃப்ராக் எல்லாம் எடுத்துக்க வேண்டாமா? இந்தப் பொம்மை பாரு. இது என்ன தெரியுமா? ஸ்னூப்பி நாய். கடிக்காது. வாலை ஆட்டுது பாரு. இந்த ரப்பரை அமுத்தினா பல்லவி சொல்றது பாரு...'

'மம்மி...இ...இ...!' அவள் அழுகையை நிறுத்த வில்லை. கேவிக் கேவி அழுதாள். உடம்பு தூக்கித் தூக்கிப் போட்டது.

'இப்ப அழுகையை நிறுத்தப் போறியா, இல்லையா?'

'ஆ...ஆ...ஆ...'

இடது புறங்கையால் அவள் கன்னத்தில் வெடித்தான்.

ஸ்தம்பித்த குழந்தை அப்படியே உறைந்துபோய் விளக்கு அணைத்தது போல் அழுகையை நிறுத்தி விட்டது. கண்களில் பீதி பரவி செயலற்று நின்றது.

சுனில் மெதுவாக அவளை அணுகினான். அவளை தூக்கிப் படுக்கையில் கிடத்தினான்.

'தூங்கு, தூங்கறியா?'

இந்து கண்களை இறுக்க மூடிக்கொண்டாள். சுனிலுக்கு அந்தப் பெண்மேல், அதன் கையாலாகத்தனத்தின் மேல் ஆத்திரமாக வந்தது. ஒரு கணத்தின் சலனத்தில் இவளைச் சேதப்படுத்தினால் என்ன என்று தோன்றியது. சுற்றிலும் ஆயுதம் தேடினான். காலி வீடு. எதுவும் கிடைக்கவில்லை. எதற்கு ஆயுதம்? ஒரு கைக் குட்டை போதும் ஒரு விரல் போதும். ஒரு சிகரெட்டின் நெருப்பு முனை போதும். நெருங்கினான்.

கதவு தட்டப்பட்டது. யாரு இந்த வேளையில்? அவன் உடம் பெங்கும் ஒரு பயமின்னல் ஊடுருவியது. உடனே அந்தக் கவலை கலைந்து போயிற்று. வாயிற் கதவை அணுகித் திறந்தான். ஏழெட்டு பேர் நின்றுகொண்டிருந்தார்கள். ஓரிருவரிடம் தாடி, ஒருவரிடம் நோட்டுப் புத்தகம், ஒருவரிடம் ரசீதுப் புத்தகம். பச்சை நிற நோட்டீஸை அவன் கையில் கொடுத்துப் புன்னகைத்தார்கள். 'வி.ஆர். ஃப்ரம் தி கோளனி...'

நோட்டீஸ், 'ஸ்ரீ அய்யப்பன் ஸேவா ஸமிதி (ரி)' என்றது. 'ஸ்வாமியே சரணம்' என்று விட்டு An appeal in response to the desire of a large number of devotees.

சுனில் அவசரமாக பாக்கெட்டிலிருந்து பத்து ரூபாய் எடுத்துக் கொடுத்துவிட்டு கதவைச் சாத்தினான். கதவு மறுபடி தட்டப் பட்டது. திறந்தான். 'ரசீது!' என்று சிரித்து ஒரு ஆசாமி முழங் காலில் ரசீது புத்தகத்தை வைத்து எழுதிக் கொடுத்தான். 'இருநூறு ரூபாய் கொடுத்தால் பஸ் கட்டணம், இருமுடிச் செலவு. சன்னி தானத்தில் அபிஷேகம்...' அவன் 'வேண்டாம்' என்று கதவைச் சார்த்த, 'ஒரு நிமிஷம்! குங்குமம் வாங்கிக் கொள்ளுங்கள்.'

புஷ்பம், குங்குமம், திருநீறு எல்லாம் கொடுத்துவிட்டுத்தான் விலகினார்கள்.

சுனில் உள்ளே வந்தான். கிலியிலும் அசதியிலும் அந்தப் பெண் தூங்கிப் போயிருந்தாள். விசும்பல் தூக்கத்திலும் நிற்கவில்லை. அவளையே பார்த்தான். ம்ஹூம், பிரயோசனம் இல்லை. சவாலே இல்லாத இந்தக் குழந்தையைத் தாக்குவதில்

அர்த்தமில்லை. சந்தோஷமும் இல்லை. இவள் தாயிடம்தான் சவால் இருக்கிறது.

தாய்! சுனிலுக்குக் குழப்பமாக இருந்தது.

அம்மா தனது உடலை மெதுவாகக் கவர்ச்சிகரமாக அசைத்துக் கொண்டு மற்றவர்களுடன் பேசுவதை வினோதமாக அவன் விரும்பியிருக்கிறான். சின்ன வயசில் அம்மா, 'இது கூடாது, அது கூடாது' என்று தனக்குத் தடைமேல் தடை விதிப்பதும், அடிக்கடி கன்னத்தில் முத்தமிடுவதும், குளிப்பாட்டுவதும், அம்மா என்கிற அந்த மனுஷியை சுனில் வெறுத்தானா, நேசித்தானா என்று தெரியாத குழப்பம் அவன் மனத்தில் எப்போதும் விரவியிருந்தது. அவன் மண்டைக்குள் குரல்கள் கேட்கத் தொடங்கின. இதோ இந்தப் பெண்ணை அவன் வெறுக்கிறானா, நேசிக்கிறானா? பெண்களையே அவன் வெறுக்கிறானா, நேசிக்கிறானா?

'கம் ஆன் சுனில் ... கம்... ஆன்! எத்தனை நேரம் காத்திருப்பது?'

'வேண்டாம் ப்ளீஸ்! ஸம் அதர் டைம்.'

'பி எ ஸ்போர்ட் யார்! வி ஆர் நாட் கோயிங் டு டூ தட்...' அவன் தலைமயிரைக் கொத்தாகப் பிடித்து அந்தப் பெண் மார்பில் அழுத்திக்கொள்ள 'அம்மா!' என்றான்.

அரை மணி நேரம் அழுதான்.

★

நான் ஒரு கையெழுத்து ஆராய்ச்சியாளன். எனக்கு இந்தத் துறையில் இருபத்தோரு வருட அனுபவம் இருக்கிறது. நான் இதனுடன் இணைக்கப்பட்ட இரண்டு கடிதங்களையும் பரிசீலித்து விட்டேன். ஒரே நபரினால் எழுதப்பட்டவை என்பது என் முடிவு. காரணங்கள் வருமாறு:

கையெழுத்தின் ஓட்டம்: இரண்டு கடிதங்களும் மணிக்கட்டை ஸ்திரமாக வைத்துக்கொண்டு விரல்களின் சலனத்தால் எழுதப்பட்டவை!

பேனாவின் அழுத்தம்: இரண்டு கடிதங்களிலும் தேவைக்குச் சற்றே அதிகமான அழுத்தம் தெரிகிறது.

வேகம்: இரண்டும் அதிவேகத்தில் எழுதப்பட்டவை.

எழுத்தின் நடையின் ஒற்றுமைகள்: இரண்டுக்கும் ஒன்பது பொருத்தங்கள் உள்ளன. அவை 1. ஆங்கில I எழுத்தை ஒன்பது போல் எழுதும் விதம். 2. அதன் தலைச்சுழியை நிரப்பாதது. 3. wont, want இரண்டிலும் எழுத்துகள் ஒன்றுடன் ஒன்று ஒட்டாதது. 4. ஆங்கில y யின் கால் பகுதி சுழிக்கப்படாதது. 5. bitch என்பதிலும் (முதல் கடிதம்) in என்பதிலும் (இரண்டாவது கடிதம்) புள்ளி சற்றுத் தள்ளி விழுந்திருப்பது. 6. h எழுத்தில் தலைக்கோடு நிரப்பப்படாதது. 7. இரண்டு கடிதங்களிலும் வரி கீழ்நோக்கிச் சாய்வது 8. need என்பதிலும் leave என்பதிலும் எழுத்துகள் ஏறக்குறைய நிரம்பி இருப்பது. 9. சொற்களுக்கு இடையில் அதிக இடைவெளி தருவது.

இரண்டும் ஒரே பேனாவினால் (பால் பாயிண்ட்) எழுதப்பட்டிருக்கின்றன. (மைக்ராஸ்கோப் மசியின் ரசாயனப் பரிசோதனை).

சந்தேகத்துக்கு இடமின்றி இரண்டும் ஒரே நபரால் எழுதப்பட்ட கடிதங்கள்.

ஒப்பம்,

....

பிரபாகர் ராவ் ரிப்போர்ட்டைப் பார்த்துவிட்டு சற்று நேரம் சிந்தித்தார். முகத்தில் மெலிதாக ஆறுதல் தெரிந்தது. நெற்றிப் புருவங்களின் மின்னல் சற்று விலகியது.

'ஆசாமி கலாசிப்பாளையம் டென்னுக்கு வர்றவன்னு திட்டமாத் தெரியுது மோகன். அந்த இடத்தில் மஃப்டி ஆசாமிங்களை நிறைய போடுங்க. அவன்கிட்ட இருந்து டெலிபோன் வந்ததாமா?'

'இல்லை சார்.'

'அம்மா எப்படி இருக்காங்க?'

'ஏறக்குறைய ஹிஸ்டரிக்கலா ஆயிட்டாங்களாம். டாக்டர் வந்து செடேட்டிவ்ஸ் கொடுத்திருக்கார். அப்பாக்காரர் அனாவசியத் துக்கு போலீஸ்மேல் கூச்சல் போடறார். ஒத்துழைப்பதே இல்லை.'

'போலீஸைக் கோவிச்சுக்கிறது ரொம்பச் சுலபம்...'

'இன்னிக்கு ராத்திரி செயல்படுவான்னு நம்பறீங்களா சார்?'

'எனக்கு அப்படித் தோன்றலை. காலைலதான் மீண்டும் புறப் படுவான்னு தோணுது. எங்கயாவது குழந்தையை அடைச்சுப் போட்டுட்டு தூங்கப் பண்ணியிருப்பான். இதை ஜாக்கிரதையா அவன் வழியிலேயே நாம வாசிச்சுட்டுப் போகணும். போலீஸ் இருக்கறதாத் தெரிஞ்சா உடனே உஷாராயிடுவான். சேதப் படுத்திடுவான்.'

'என்ன செய்வான்னு நினைக்கிறீங்க?'

'அதை நினைக்க நான் விரும்பலை. நம் எதிரியைப் பாருங்க. ஏதோ ஒரு டெலிபோன். ஏதோ ஒரு பெண். அவளைத் தேர்ந் தெடுத்து ஆபாசமாப் பேசறதில் கிக் கிடைக்கிறது அவனுக்கு. ரெண்டு நாளில் அந்த கிக் போதலை. அடுத்த கட்டம் அந்த அம்மாவுடைய மகளைக் கடத்திக்கிட்டுப்போய் போலீசைச் சுழட்டி அடிக்கறதில இன்னொரு கிக். அத்தாரிட்டியை மீறறதில் த்ரில். இதுவும் போதலைன்னா அடுத்த காரியம். வேண்டாம், அதைப் பற்றி நினைக்க வேண்டாம்.' இரண்டாவது கடிதத்தைப் பார்த்தார். டெலிபரேட். 'அந்தப் பழக்கம் அவனை எங்கிருந் தாலும் இருபத்து நாலு மணி நேரத்துக்குள் திரும்பிக் கூப்பிடும். 'வா வா'ன்னு அவன் அங்கு வந்தே தீரணும். அதிக ஆட்கள் போடுங்க! ரேடியோ கார் போடுங்க. எனக்கு உடனே தகவல் தெரிவியுங்க.'

'எதனாச்சும் ஆனா, எனக்கு உடனே தகவல் தெரிவி குமாரி, என்ன?'

'அ...ஆம். ஜெயில்ல இருந்தா எப்படித் தகவல் தெரிவிக் கிறதாம்?'

'நான் மாட்டிக்கிறதைச் சொல்லலை குமாரி. சாவி திறக்கறதுக்கு தகறார் பண்ணிச்சுன்னா...'

'தகறார் அங்கல்லாம் இல்லை கண்ணு, இங்கதான். எப்படி படக் படக்குன்னு அடிச்சுக்குது பாரு.'

'சொன்னதெல்லாம் மறந்துறாதே. ஒரு மணிக்கு முன்னாடி தூங்காதே. குர்பானி முடிஞ்சு சந்தடி அடங்கணும். பாராக்கார

கூர்க்கா மூலை திரும்பணும். பீட் கான்ஸ்டபிள் எதிர் பேட்டையில் இருப்பாரு.'

'நீ ஹோட்டல்ல பராட்டா தின்னுட்டு தூங்குவியாக்கும்.'

'இல்லை. அதான் சொன்னேனே. நகையை என்ன செய்யணும்?'

'தெரியும், தெரியும்.'

'சரி, போய் வரியா. கடவுள் நம்ம பக்கம்தான். கவலையே படாதே. அந்த அனுமாரை ஒருமுறை கும்பிட்டுட்டுப்போ.'

ஆறுமுகம் அவள் செல்வதை சுவாரஸ்யமாகப் பார்த்தான்.

அவன் அவளைப் பற்றிக் கவலைப்படவில்லை. பதினைந்து நாள் பயிற்சி. சுலபமாகக் கற்றுக்கொண்டுவிட்டாள். நிச்சயம் சாதித்து விடுவாள்.

ஆறுமுகம் எதிர்த் திசையில் நடந்தான். சீக்கிரம் போலீஸ் லாக்கப்புக்குப் போகவேண்டும். சூப்பர் பஜார் பக்கத்தில் கார்கள் நிறுத்தும் இடத்தில் நாலைந்து செங்கற்களைப் பொறுக்கிக் கொண்டான். எதிரே பீட் கான்ஸ்டபிள் வரும்வரை காத் திருந்தான்.

அந்தக் கடை பூட்டியிருந்தாலும் கண்ணாடிக்கு அப்பால் ஃப்ளோரஸண்ட் வெளிச்சத்தில் பொம்மை சிங்காரிகள் மணப் பெண்களாகவும், சாயங்கால சுந்தரிகளாகவும் சதா பிளாஸ்டர் ஆஃப் பாரீஸ் சிரிப்புடன் நின்று கொண்டும் உட்கார்ந்து கொண்டும் இருக்க,

ஆறுமுகம் குறிபார்த்து கண்ணாடிமேல் கல்லெறிந்தான்.

'சிலுங்' என்று சிதறியது கண்ணாடி.

மற்றொரு கல்... மற்றொரு கல்...

'தாளி அடுத்த வேளைக்குச் சோறில்லாம அல்லாடறோம். நானூறுக்கும் ஐநூறுக்கும் புடைவையா, ஒடைடா.'

'ஏய், ஏய், என்ன பண்றே?' கான்ஸ்டபிள் ஓடி வந்தார்.

'வாங்க, வாங்க. எஜமானரே என்ன திமிர் பார்த்தீங்களா கடைக்காரனுக்கு?'

‘அடப்பாவி, ஏய், ஏண்டா உடைச்சே?’

‘சோறு இல்லை. உடைச்சேன். பணக்காரங்க மூக்கை உடைச்சேன்.’

‘குடிச்சிருக்கியா?’

‘இல்லை பசிங்க.’ மற்றொரு கல்லை வீச முற்பட, கான்ஸ்டபிள் அவன் குரல்வளையைப் பிடித்து ‘சோமாரி, நடடா ஸ்டேஷனுக்கு.’

‘இருங்க’ என்று அடுத்த கல்லை வீசி முடித்தான்.

‘ஏய், மசா... சொல்றேன். கேக்காம கலாட்டா செய்யறியா?’ என்று அவன் தலையில் தட்டி உந்தித் தள்ளினார் கான்ஸ்டபிள்.

‘வாய்யா, ஆறுமுகம், என்ன அதுக்குள்ள மறுபடி வந்துட்டே?’

‘கடையில கண்ணாடிக் கதவை உடைச்சான் சார். புடைவை திருடப் பார்த்தான். கூர்க்காகிட்ட சொல்லிட்டுக் கூட்டி வந்துட்டேன்.’

‘அடடா தொந்தரவுய்யா உன்னோட! பதினஞ்சு நாள் முன்னாடிதான் நைட் கிளப்பில கலாட்டா செய்து லாக் அப்பில போட்டிருந்தமில்லை.’

‘சார், எஜமானரே! சாமி! தெய்வமே! எனக்கு யோக்கியமாப் பிழைக்க ஒரு வழி சொல்லிக் கொடுங்க. நாலு நாளாப் பட்டினி. பசி தாங்கலை. ஆத்திரம் தாங்கலை. வயிறு குடையுது. கடைங்கள்ள கலர் கலராப் புடைவைகளைப் பார்த்து, ‘சே, என்ன மனுசங்கய்யா!’ன்னு பத்திக்கிட்டு வந்தது, என்ன கொடுமை பாத்தீங்களா? மூணு ரூபாய்க்கு தெருத் தெருவா அல்லாடறேன். அறுநூறு ரூபாய்க்கு புடைவை, பொம்மை மேலே போட்டு வெச்சிருக்காங்க.’

‘அதுக்காக கண்ணாடியை உடைக்கிறதா? தள்ளுய்யா லாக்கப்பில.’

‘ஒரு பன் ரொட்டி, சிங்கிள் டீ ஏதாவது கிடைக்குமா இன்ஸ்பெக்டர் அய்யா?’

உனக்கு ஒண்ணும் கிடையாது. ஜெயில்ல படு. அப்பத்தான் புத்தி வரும். போடாப் போடா' இன்ஸ்பெக்டர் நவநீத்குமார் ஆறுமுகத்தை ஒருமுறை தீர்க்கமாகப் பார்த்தார். 'உன்னைப் பார்த்தால் பசித்தவன் போலத் தெரியலை. வம்புக்கு அலையறவன் போலத் தெரியுது.'

'வெளில அல்லாடறதைவிட உங்க லாக் அப்பே, ஜெயிலே தேவலைங்க. திட்டுவீங்க. ஆனா சோறு போட்டுறுவீங்க.'

'சரி, சரி! வேதாந்தம் பேசாதே.'

மணியைப் பார்த்தார். 'எந்தக் கடைய்யா அது?'

'சுவர்ணா சார். சந்தோஷ் காம்ப்ளெக்ஸில்.'

'ஓனர் யார்னு கண்டுபிடிச்சு அவருக்கு டெலிபோன் செய்துடு. கண்ணாடி ஒண்டிதானே டேமேஜ்?'

'ஆமா சார்.'

டெலிபோன் ஒலிக்க, நவநீத்குமார், 'யெஸ்' என்றார்.

'நவநீத்குமார், பரமானந்த் பேசறேன். அந்த ராட்சசன் இப்பத்தான் போன் பண்ணான்.'

ஆறுமுகம் சந்துஷ்டியுடன் லாக் அப்பில் போய்ப் படுத்தான்.

15

நவநீத்குமார் சற்று நிமிர்ந்தார். 'என்ன சொன்னான்?'

'இந்த வேளையில அவ தனியா மைசூர் ரோடுக்கு வரணுமாம். படுபாவி.'

'மைசூர் ரோடா?'

'இன்ஸ்பெக்டர் இப்ப அவ போறேன்னு ஒத்தைக் காலில் நிக்கறா. என்ன செய்யறது? சொல்லுங்க, உடனே சொல்லுங்க.'

நவநீத்குமாரிடம் உடனே பதில் இல்லை.

'கொஞ்சம் இருங்க.'

'கம் அண்ட் டூ ஸம்திங், ஐ ஸே.'

'கொஞ்ச...ம் ஒரு நிமிஷம் பொறுமையாக இருங்க.'

'பொறுமை! ஷிட்! பொறுத்துப் பொறுத்து வெறுத்துப் போச்சு.'

'நான் கமிஷனர்கிட்ட பேசிட்டு உடனே உங்களுக்கு போன் பண்றேன்.' அவர் மேலே பேசுவதற்குள் வெட்டினார்.

மேலே என்ன பேசுவார்? திட்டுவர். அவ்வளவு தான்.

சற்று நேரம் டெலிபோன் மேல் கை வைத்துக்கொண்டு சிந்தித்தார். டயல் டோனைக் கேட்டார். பிரபாகர் ராவுக்கு போன் செய்தார்.

'சார், நவநீத்குமார். உங்களை இந்த நேரத்தில் டிஸ்டர்ப் செய்வதற்கு...'

'விஷயத்தைச் சொல்லுங்க.'

'ப்ரேமலதா மைசூர் ரோடுக்குத் தனியா வரணுமாம்.'

'நான்சென்ஸ். அனுப்பாதீங்க.'

'பின்ன என்ன செய்யறதுன்னு அவர் ஆத்திரப்படறார்...'

'நான் அவங்ககூடப் பேசறேன். நீங்க உடனே அந்த வீட்டுக்குப் போங்க. அதுக்குள்ள என்ன செய்யணும்கிறதை அவங்களுக்குச் சொல்றேன்.'

பிரபாகர் ராவ் பரமானந்தை டெலிபோனில் கூப்பிட்டார்.

'ஹலோ மறுபடியும் நீயா யு ப்ளடி...'

'பதட்டப்படாதீங்க பிரபாகர் ராவ். என்ன சொன்னான்?'

'தனியா மைசூர் ரோடுக்கு இந்த வேளையில அவ வரணுமாம்.'

'வந்தா?'

'இந்துவைத் திரும்பிக் கொடுத்துடுவானாம்!'

'மறுபடி போன் செய்யறதாச் சொன்னானா?'

'இல்லை, வெட்டிட்டான்!'

'இடம் ஏதாவது சொன்னானா?'

'சரியா ரெண்டு மணிக்கு ரெம்கோ கேட்டிலிருந்து ஒரு பர்லாங் தள்ளி வரணுமாம். பி.எச்.இ.எல். ஃபேக்டரியாமே...'

'தெரியும்.'

'மிஸ்டர் பிரபாகர் ராவ், என்ன செய்யப்போறீங்க?'

'உங்க மிஸஸ் என்ன பதில் சொன்னாங்க?'

'வரேன். நிச்சயம் வரேன்னு இப்ப புறப்படத் தயாரா இருக்கா. அவளை வீட்டில் கட்டிப் பிடித்து சமாளிக்கிறது கஷ்டமா இருக்கு! போறேன் போறேன்னு அழறா.'

'போகக் கூடாது. இதை நீங்க அவங்ககிட்ட சொல்லாதீங்க...'

'என்ன செய்யப் போறீங்க?'

'அவனை நாங்க போய் பிடிக்கப் போறோம்!'

'எப்படி?'

'அதை எங்கிட்ட விட்டுடுங்க, இப்ப நவநீத்குமார் வருவார். வந்த உடனே அவரை எனக்கு போன் பண்ணச் சொல்லுங்க!'

'போலீசைப் பார்த்ததும் அவன் என் பெண்ணைச் சேதம் பண்ணிட்டா?'

'அவன் போலீசைப் பார்க்கப் போறதில்லை... ஒரு பெண்ணை. ஐல் கால் யு பேக்.'

பிரபாகர் ராவ் டெலிபோனை வைத்துவிட்டுத் தன் மனைவியை எழுப்பினார்.

குளிர்ந்த சில்லென்ற காற்று சுனிலின் முகத்தை வருடியது. கார் கேஸட்டில் சங்கீதத்தைத் தட்டினான். மெட்டுக்கு ஏற்ப சீட்டி அடித்துக்கொண்டு மிக வேகமாகச் சென்றான். ராஜாஜி நகர், ஆறாவது ப்ளாக், ஹொஸஹள்ளி ரோடு என்று குறுக்கே கடந்து மைசூர் ரோடில் திரும்பினான். சற்று வேகத்தைக் குறைத்து பி.எச்.இ.எல்லின் புதிய வாசலைக் கடந்தான்.

எதிரே லாரிகள் விரைந்து வந்தன. போலீஸ் வருமா? போலீஸ் வரும் என்று தெரிந்தால் என்ன ஆகும் என்று அழுத்தமாக எச்சரித்திருக்கிறான். போலீஸ் வரமாட்டார்கள். இல்லை, அவர்களை நம்ப முடியாது. வருவார்கள். வந்து எங்கேயாவது பதுங்கி இருப்பார்கள். மனத்தின் ஒரு மூலையில் போலீஸ் வரட்டும் என்று விரும்பினான். அவன் விசித்திரமான எண்ணங் களின் சிக்கலில் குழப்பத்தில் அபாயகரமாக போலீஸ் வலையின் நட்டநடுவே அவளைத் தன் காரில் அழைத்துச் செல்வதில்தான்

துடிப்பும் த்ரில்லும் இருக்கிறது என்று தீர்மானித்தான். அதேசமயம் அசட்டுத்தனமாக மாட்டிக் கொள்ளக்கூடாது. சுனில் யார்? அவர்களுக்குத் தெரியாது. சுனில் ஒரு மாமேதை. அபாயம் அவன் பிறப்புரிமை. அவன் ரத்த ஓட்டத்தில் அபாயம் இருக்கிறது. அவன் சொல்லில், செயலில் எல்லாமும் அபாயம். அபாயகரமாக வாழ அபாயகரமாக இற, இறக்காதே, தப்பித்து நூறு கிலோமீட்டரைத் தொடு.

காரில் சுனில் தனியாகத்தான் இருந்தான். இந்து இல்லை. அந்தப் பெண் வீட்டில் தனியாகத் தூங்குகிறாள். அறை பூட்டப்பட்டு விட்டது. அவள் எழுந்து சப்தமிட்டால் கேட்காது. எல்லாக் கதவுகளையும் அடைத்துவிட்டான். எல்லாத் திரைகளையும் தளர்த்திவிட்டான்.

சுனில் தன் காரின் விளக்குகளை அணைத்து சற்று தூரம் சென்றான். இந்த இடம்தான். இந்த இடத்தில்தான் வரச்சொல்லி அடையாளம் கொடுத்திருக்கிறேன். மனத்தில் அந்த சம்பாஷணை மறுபடி ஓடியது. 'ப்ரேமா! எப்படி இருக்கிறாய்?'

'அய்யோ, ப்ளீஸ், ப்ளீஸ்! என் பெண்ணைக் கொடுத்துவிடு. எதுவேண்டுமானாலும் செய்கிறேன்!'

'செய்கிறாயா?'

'செய்கிறேன், செய்கிறேன்!'

'மைசூர் ரோடு தெரியுமா? அதில் பி.எச்.இ.எல் ஃபேக்டரி யிலிருந்து ஒரு பர்லாங் தூரத்தில் எட்டு என்று ஒரு மைல் கல் இருக்கிறது. எட்டு எனக்குப் பிடித்தமான எண். நான் பிறந்தது எட்டில். நான் பிறந்த வருஷத்தைக் கூட்டினால் எட்டு. மாதம் ஆகஸ்ட்! அங்கே வருகிறாயா?'

'சரி. சரி.'

'தனியாக?'

'தனியாக.'

'போலீஸ் கூடாது.'

'இல்லை, இல்லை!'

‘உன் பெண்ணை உன்னிடம் சேர்ப்பித்துவிடுகிறேன். சரியாக இரண்டு மணிக்கு அங்கே இரு!’

‘சரி!’

சுனில் ‘எட்டு’ மைல் கல்லின் முன் காரை நிறுத்தினான். காரை ரிவர்ஸ் செய்து மரத்தடியில் சற்று ஒதுங்கிக்கொண்டு காத்திருந்தான்.

சுனில் சில விஷயங்களில் கெட்டிக்காரன். கிளம்புமுன் சிரத்தையாக ஜாக்கிரதையாக காரின் நம்பர் பிளேட்டுகளை நீக்கி பின் சீட்டில் வைத்திருந்தான். எதிரே பங்களூரின் இரவு விளக்குகளால் வானம் மஞ்சளாகி இருந்தது. இரட்டை இரட்டையாக லாரிக் கண்கள் தூரத்தில் நடுங்கிக்கொண்டே நெருங்கி அசுர அலறலில் விஷ்ஷின.

சுனில் கைக்கடிகாரத்தின் விளக்கை தட்டிப் பார்த்தான்.

1.55.

சுனில் காத்திருந்தான். கெடிகாரத்தின் இரட்டைப் புள்ளிகள் கண் சிமிட்டச் சிமிட்ட 55, 56-க்கு மாறியது.

சுனில்! ஜாக்கிரதை!

சுனில் நீ அகப்படப் போகிறாய்!

அகப்பட்டால் என்ன? எப்படி அகப்பட முடியும்? ஒரு குடிமகனுக்கு மரத்தடியில் காரை நிறுத்த உரிமை கிடையாதா என்ன? என்னிடம் யார் வந்தாலும்... அது ஒரு பெண்ணாக இல்லை என்றால் உடனே காரைக் கிளப்பி வருகிறவனை வீழ்த்தி... ‘டடட்டடட்’ என்று துப்பாக்கி ஒலிக்குமா? ஜன்னல் சிதறுமா! பார்த்துவிடலாம். காத்திரு கண்ணே! அந்தக் கணம் வரப்போகிறது.

சுனிலின் இதயம் வெடித்துவிடும் போலத் துடித்தது.

அதோ!

மெல்ல தனியாக ஒரு பெண் சின்னச் சின்னதாக அடி எடுத்து வருகிறாள். அவள்தான். சொன்ன பேச்சைக் கேட்டிருக்கிறாள். தனியாக வந்திருக்கிறாள். ஓ திஸ் இஸ் எக்ஸைட்டிங். திஸ் இஸ்

ப்யூர் செக்ஸ்! வா ப்ரேமலதா, எட்டியும் எட்டாத இளம் தாயே, வா!'

அந்தப் பெண் தயங்கித் தயங்கி அவனை நோக்கி வருகிறாள். மெல்லிய அவள் புடைவை காற்றில் அசைவது வெளிச்ச விளிம்பில் தெரிகிறது. இதோ, என்னை நோக்கி வருகிறாள்.

சுனில் காரின் ஹெட்லைட் வெளிச்சத்தை சட்டென்று இயக்கினான்.

அவள் தன் கைகளால் முகத்தை மறைத்துக்கொண்டு புடைவையைத் தலைமேல் போர்த்திக்கொண்டாள்.

'ப்ரேமா, அங்கேயே நில்!' என்று கத்தினான்.

நின்றாள். தலை குனிந்திருந்தது.

'நான் உன்னைப் பார்க்க வேண்டும்... முகத்தைக் காட்டு.'

அவள் தயங்கினாள்.

'முகத்தைக் காட்டு. முகத்தைக் காட்டு!'

சுனிலின் உள்ளுணர்வில் எச்சரிக்கை சக்திகள் அத்தனையும் தயாராகிவிட 'ஸம்திங் ராங்!'

'ப்ரேமா! பேசு! பேசு! உன் பெயர் என்ன, சொல்!'

'மௌனம்!

சுனில் காரைக் கிளப்பினான். அதே சமயம் அந்தப் பெண் சரக்கென்று தன் புடைவையை உதறிப் போட்டுவிட்டு அவனை நோக்கி ஓடிவந்தாள்.

பிரபாகர் ராவ் தன் துப்பாக்கியைக் குறி பார்ப்பதற்குள் சுனில் சீறிப் புறப்பட்டுப் பாய்ந்து ஒடித்து வலது பக்க மண் பாதையில் சீறிச் சென்றான்.

'டுமில்!'

டயரை நோக்கிச் சுடப்பட்ட குண்டு இலக்கைத் தவறவிட்டு காரின் உடம்பில் வெடித்தது. சுனில் அதற்குள் அறுபது கிலோமீட்டர் புழுதிப் படலத்தில் விரைந்தான்.

பிரபாகர் ராவ் தன்னைக் கடிந்துகொண்டார்.

‘பாஸ்டர்ட்! குறி தவறிவிட்டது. சே! எதிர்ப்புறம் வராமல் பக்கவாட்டுப் பாதையில் பாய்ந்துவிட்டான்!’

பிரபாகர் ராவ் போலீஸ் ஜீப்பை நோக்கி ஓடினார். குண்டு வெடித்த சப்தம் கேட்டதும் மிகத் தள்ளி நிறுத்தியிருந்த ஜீப்பும் உடனே புறப்பட்டு அவரை நோக்கி வர, பிரபாகர் ராவ் அதில் பாய்ந்து ‘மிஸ் பண்ணிட்டேன். மண்பாதையில் பாஞ்சிருக்கான்! க்விக்! ஆஃப்டர் ஹிம்! ஜம்ப் ஆன் இட்!’

சுனில் சென்ற பாதையில் ஜீப் தொடர்ந்தது. புழுதிப் படலத்தில் ஒன்றும் தெரியவில்லை.

சுனில் ஒரு யு டர்ன் அடித்து மரத்தின் பின்புறத்தில் காரை நிறுத்தியிருந்தான். ஜீப் கடந்து சென்றதும் நிதானமாக காரைக் கிளப்பி எதிர்த்திசையில் கொணர்ந்து மறுபடி மைசூர் ரோட்டைப் பிடித்து கேஸட்டைத் தட்டிவிட்டு அதனுடன் சீட்டியடித்துக் கொண்டே மறுபடி ஹொஸஹள்ளி, மறுபடி ராஜாஜி நகர் ஆறாவது பிளாக்கைக் கடந்து பங்களூரில் கலந்தான்.

‘எந்திரிய்யா!’

ஆறுமுகம் கொட்டாவியை சொடக்கிவிட்டு ‘மணி என்னங்க?’ என்றான்.

‘முப்பத்து நாலு. எந்திரிய்யா, இந்தா டீ.’

ஆறுமுகம் குவளையில் கொடுக்கப்பட்ட டீயை ருசித்துச் சாப் பிட்டான். ‘பரவாயில்லையே, டீ எங்க எடுத்துட்டு வந்தீங்க?’

‘உங்க மாமியார் வீட்டில!’

‘இதானே எனக்கு மாமியார் வீடு’ என்று சிரித்தான். ‘நீங்க போங்க, உங்க வேலையைப் பாருங்க. நான் இன்னும் கொஞ்சம் தூங்கிட்டு...’

கான்ஸ்டபிள் கம்பிக் கதவை இழுத்துச் சாத்திப் பூட்டிவிட்டுப் புறப்பட்டார்.

‘அப்படியே ஒரு பன் ரொட்டி கொடுத்து அனுப்பிச்சுட்டிங்கன்னா உபகாரமாக இருக்கும்?’ என்று ஆறுமுகம் சொன்னது காரிடாரில் விரயமாயிற்று.

ஆறுமுகம் நிதானமாகத் தரையில் படுத்து கர்நாடக சர்க்காரின் போர்வையைப் போர்த்திக்கொண்டான். எட்டு மணிக்கு அவன் மேலே அழைத்துச் செல்லப்பட்டான். இன்ஸ்பெக்டர் ரெட்டி ட்யூட்டியில் இருந்தார். ஸ்டேஷன் டயரியை அவசரமின்றிப் படித்துக்கொண்டிருந்தபோது டெலிபோன் ஒலித்தது.

'கும்பிடறேங்க எஜமானரே' என்றான் ஆறுமுகம். ரெட்டி அவனைப் பார்க்காமல் போனில் 'இன்ஸ்பெக்டர் ரெட்டி' என்றார்.

'சார், போச்சு! எல்லாம் போச்சு! ஆறு லட்சம், எட்டு லட்சம் போச்சு! அய்யோ!'

'ஹலோ யார் பேசறது? முதல்ல சொல்லுங்க!'

'சார், வி.பி. ஜுவல்லர்ஸ். போச்சு எட்டு லட்சம். கதவு பூட்டி... நகைகள் வி.பி. ஜுவல்லர்ஸ். டெலிபோன் கதவு...'

'ப்ளீஸ் காம் யுவர்ஸெல்ஃப்! நீங்க நான் கேக்கற கேள்விக்கு மட்டும் பதில் சொல்லுங்க. உங்க பேர் என்ன?'

'என். சந்திரப்பா, நெடுங்காடி சந்திரப்பா ஜுவல்லர்ஸ்!'

'என்ன ஆச்சு? பர்க்ளரியா?'

'ஆமா! ஆமா! ஆமா!'

'அட்ரஸ் என்ன?'

'வி.பி ஜுவல்லர்ஸ்! மெஜஸ்டிக்ல இருந்து நேரா வந்தீங்கன்னா மைசூர் பாங்க் சர்க்கிள்...'

'ஓ எஸ். எனக்கு இடம் தெரியும்... கதவு உடைச்சிருந்ததா?'

'இல்லை சார். பூட்டியிருந்தது.'

'பூட்டியிருந்ததா?'

'எல்லாப் பூட்டும் பூட்டி இருந்தது! உள்ள அத்தனை நகையும் காலி! பொட்டி காலி. அலமாரி காலி. மொத்தம் இன்வெண்ட்ரி எடுத்தா...'

'இருங்க, இருங்க. நிதானமாப் பேசுங்க. ப்ராப்பர்ட்டி வேல்யூ எட்டு லட்சம்னா சொல்றீங்க?'

'மேலகூட இருக்கும். எல்லாப் பூட்டும் பூட்டி இருந்தது.'

'நீங்க எதையும் டிஸ்டர்ப் பண்ணாதீங்க. முக்கியமா கடையில இருக்கிற சிப்பந்திகள் யார் யாரோ அவங்களை எல்லாம் கூப் பிட்டு வெச்சுருங்க. எத்தனை மணிக்கு ட்யூட்டிக்கு வருவாங்க?'

'எட்டு மணிக்கு சார்.'

'எத்தனை பேர்?'

'பத்து பேர். எட்டு பெண்கள், ஒரு கேஷியர், ஒரு வாட்ச்மேன்.'

'எல்லாரும் வரட்டும், நான் உடனே அங்கே வரேன். கான்ஸ்டபிள் புறப்படுங்க.'

'இந்தாளு ஆறுமுகம்!'

'என்னய்யா கேஸு?'

'ராத்திரி கண்ணாடியை உடைச்சுப் போட்டு கலாட்டா செய்தான் சார்... சந்தோஷ் காம்ப்ளெக்ஸில.'

'ஓட்டைக் கேஸு! உள்ள தள்ளுய்யா. அப்புறம் பார்த்துக்கலாம். உடனே வா பெரிய விஷயம்' என்று இன்ஸ்பெக்டர் ரெட்டி தன் தொப்பியைப் பொருத்திக்கொண்டு வெளியே ஏறக்குறைய ஓடினார்.

ஆறுமுகம் புன்னகையுடன் 'நானே போயிக்கறேங்க. எஜமானருக்கு ஏதோ அவசரம் போல் இருக்கு' என்று பணிவுடன் லாக்-அப் ரூமுக்கு நடந்தான்.

16

இன்ஸ்பெக்டர் ரெட்டி ஸ்தலத்துக்கு விரைந்தபோது வாசலில் கவலை முகங்கள் காத்திருந்தன. குல்லாய் அணிந்தவர்தான் எல்லாம் பறிபோன திக்பிரமையுடன் ஏறக்குறைய அழுது கொண்டிருந்தார். நகைக் கடையில் மற்ற சிப்பந்திகளிடம் பயம்தான் பிரதான மாகத் தெரிந்தது. மௌனமாக போலீஸ் ஜீப்பிலிருந்து இறங்கும் ரெட்டியையும் கான்ஸ்டபிள்களையும் கவனித்தார்கள். முதலாளி அவரைக் கண்டதும் அவர் கையைப் பிடித்துக்கொண்டு 'கோ'வென்று அழ ஆரம்பித்துவிட்டார்.

'போச்சு சார்! ஸப் லூட் கயா. லட்சக்கணக்கில் நகைகள்.'

'வாங்க பார்க்கலாம்.' ரெட்டி முதலில் கதவைக் கவனித்தார். 'இந்தக் கதவை முதலில் திறந்தது யார்?'

'அரே சௌகிதார் ... ஆவோ!'

மங்கோலிய முக சௌகிதார் கடுமையாய்ப் பார்த்துக்கொண்டு வந்து நின்றான். 'இவன்தான் சார்.'

'நீ பார்த்தபோது பூட்டு நன்றாகப் பூட்டியிருந்ததா?'

'ஹான் ஸாப்.'

'சாவி போட்டுத் திறந்தாயா?'

'ஆம்.'

'அப்புறம் என்ன செய்தாய்?'

'என் ட்யூட்டி ஷட்டரைத் திறப்பது மட்டுமே. அப்புறம் ஹெட்கிளார்க் வருவார். கேஷியர் வருவார். அவர்கள் உள் கதவைத் திறப்பார்கள்.'

'உள் கதவில் ஏதாவது சேதம் தெரிந்ததா?'

'இல்லை. எப்போதும் போல்தான் இருந்தது. நான் சந்தேகிக் கவே இல்லை.'

'எத்தனை மணிக்குத் திறந்தாய்?'

'காலை ஏழே முக்காலுக்கு.'

'கேஷியர் எங்கே?'

'இதோ!' என்றார் நாமம். இடுப்பில் பெல்ட், கோட்டு, தலையில் மூக்குப்பொடி வர்ணத்தில் குல்லாய்.

'நீங்கதான் திறந்திங்களா?'

'ஆமாம்.'

'திறந்ததை யாரும் பார்த்தாங்களா?'

'இதோ கூடவே நித்யானந்தம் இருந்தான். ஹெட் கிளார்க்.'

'திறக்கறபோது பூட்டு ஏதாவது தகராறு பண்ணிச்சா?'

'இல்லை.'

'திறந்து உள்ளே போனீங்க. அப்புறம்?'

'அப்புறம் உள்ள ஒரு கதவு இருக்கு. அதைத் திறந்தோம்.'

'அந்தச் சாவியும் உங்க கிட்டதான்?'

'ஆமாம்!'

'அப்புறம்?'

'உள்ளே நுழைஞ்சோம். நுழைஞ்சு உடனே ஏதோ தப்புன்னு புரிஞ்சு போச்சு. பல பெட்டிகள், பல அலமாரிகள் காலியா

இருந்தது. திக்குன்னு போச்சு. உடனே முதலாளிக்கு போன் பண்ணி...'

'இருங்க இந்தப் பூட்டுகளுக்கெல்லாம் டூப்ளிகேட் சாவி உண்டா?'

'உண்டு.'

'எல்லாத்துக்கும்?'

'எல்லாப் பூட்டுக்கும், வாசல் பூட்டு உட்பட.'

'அந்த டூப்ளிகேட் யாரிடத்தில் இருக்கு?'

'எல்லாம் எஜமானர்கிட்ட.'

முதலாளியைப் பார்த்து இன்ஸ்பெக்டர் ரெட்டி, 'ஏங்க நீங்க வீட்டில் செக் பண்ணிட்டீங்களா? எல்லாச் சாவியும் இருக்கா?'

'இன்னும் செக் பண்ணலிங்க.'

'வீட்டில யாரு இருக்காங்க?'

'என் சம்சாரம், ஒரு மகன், மகள்.'

'வேலைக்காரங்க?'

'ஒரு சோக்ரா இருக்கான்.'

'என்ன வயசு?'

'பதினேழு.'

'அவனை வரச்சொல்லுங்க. உங்க ஒய்ஃபுக்கு போன் பண்ணி சாவிகளை செக் பண்ணச் சொல்லுங்க. சாவிகளை எங்கே வெப்பீங்க?'

'சிலநாள் பீரோவில். சிலநாள் தலையணைக்கடியில.'

'தலையணைக்கடியில வெக்கறது மிகவும் பத்திரக்குறைவானது. பையனை வரச்சொல்லுங்க. வேற ஒண்ணும் சொல்லாதீங்க.'

'சரி சார்.'

'வாங்க, உள்ளே போகலாம்.'

உள்ளே அலங்காரப் பெட்டிகளின் வெறுமை உடனே பளிச் சென்று பொக்கைப் பற்கள் போலத் தெரிந்தது.

'கான்ஸ்டபிள், நீங்க ஜீப்புக்குப் போய் லாப்ல இருந்து ஆட்கள் வர்றதுக்கு ஏற்பாடு செய்துடுங்க. சர்க்கிளுக்கும் டிசிக்கும் தகவல் கொடுத்துறச் சொல்லுங்க.'

ரெட்டி மெல்ல நிதானமாக அந்தக் கடையின் பெட்டிகளை ஆராய்ந்தார்.

இருபத்தஞ்சு வருஷ அனுபவம் உள்ள கேஷியர். 'உங்களுக்கு எத்தனை வருஷம் சர்வீஸ்?' என்று ஹெட் கிளார்க்கைக் கேட்டார்.

'பத்து வருஷம் சார்' என்றார் அவர் நடுக்கத்துடன். அவர் முழிப்பது பயத்தினாலா, குற்ற உணர்ச்சியாலா என்று தீர்மானிக்க முடியவில்லை.

'எதெது மிஸ்ஸிங்குனு உங்களால சொல்ல முடியுமா?'

'தாராளமா சார்! இந்தப் பெட்டியில் ஒரு நவரத்தினக் கல் நெக்லஸ் இருந்தது. விலை நாலாயிரத்து எழுநூற்றுச் சில்லறை. எடை...'

'எடையெல்லாம் இப்ப வேண்டாம். இந்தப் பெட்டியில?''

'வைரத்தில பெண்டன்ட் சார்.'

'இது?'

'நீலக்கல்.'

'இது?'

கல் வளையல், தங்க வளையல், மோதிரங்கள், தகதகக்கும் வைரங்கள், சிகப்புக் கல் கோயில் நகை. முத்துப் பதித்துச் செய்யப்பட்ட ராக்குடி! குமாரியின் கண்கள் அகல விரிந்தன. அந்த அழுக்கான அறை அத்தனை நகைகளின் வெளிச்சத்தில் சற்று பளிச்சென்று ஆகியிருந்தது.

'அய்யோடி! எத்தனை நகை! எத்தனை நகை!' அவள் கரங்கள் நடுங்கின. மூடித் தாளிட்டிருந்த கதவை ஒருமுறை பார்த்துக் கொண்டாள். அவள் முகத்தில் முத்து முத்தாக வியர்த்திருந்தது.

'இவ்வளவையும் வெச்சுக்கிட்டு நான் என்ன செய்யப் போறேன். எங்க பதுக்கி வெக்கப் போறேன்! பாவிப்பய ஜெயிலுக்குப் போய்ட்டானே, என்னை மட்டும் தனியா வுட்டுட்டு...'

'தட் தட் தட்' என்று கதவு தட்டும் சப்தம் கேட்டது. அனைத்தையும் சுருட்டி 'மணம் குணம் நிறைந்த அம்புஜா காப்பி' என்று சொன்ன அழுக்குப்பையில் திணித்து தலையணைக்கு அடியில் மறைத்துவிட்டு கதவைத் திறந்தாள். ஒரு பையன் நின்று கொண்டிருந்தான்.

'ஹி ஹி ரூம் பாய்ங்க. எதுனாச்சும் காப்பி கீப்பி வேணுங்களா?'

'ஒண்ணும் வேண்டாம், போய்யா' என்று அவன் முகத்தில் கதவை அறைந்தாள்.

கீழே ஒரு வைர மோதிரம் கிடந்தது. மேஜை அடியில் ஒரு தங்கம் தகதகத்தது. அவசரமாகப் பொறுக்கிக்கொண்டு மறுபடி படுக்கையில் வந்து உட்கார்ந்தாள். மார்பைப் பிடித்துக்கொண்டு மூச்சு வாங்கினாள். சற்று நேரம் படுத்தாள். எழுந்தாள். தலையணையை நகர்த்தி அந்தப் பையை எடுத்தாள். குமாரிக்குச் சிரிப்பாக வந்தது. ஒரு விதமான வெறி வந்தது போலச் சிரிப்பு.

மொத்தம் லட்சம் இருக்கும்! ஒண்ணையும் விக்க முடியாது! விக்கக்கூடாது. வித்தா மாட்டிக்கிட்டேன்!

குமாரி அந்த நகைகளை மறுபடி ஒவ்வொன்றாக எடுத்து அணிந்துகொள்ளத் தொடங்கினாள். அந்தப் பாடாவதி ஓட்டல் அறையில் ரசம் போன கண்ணாடிமுன் நின்று கொண்டு காதில் மூக்கில் கழுத்தில் உச்சந்தலையில் எல்லாம் வைரங்களாக அமைத்துக்கொண்டாள்.

'நெக்லஸ் மொத்தம் பன்னண்டு சார்.'

'அப்புறம்?' என்றார் ரெட்டி.

'ஏறக்குறைய என் ஞாபகத்தின்படி அவ்வளவுதான் சார்!'

'சரி, ஒரு இன்வென்டரி எடுத்துக் கொடுத்துடுங்க. கூடவே மதிப்பையும் போட்டுக் கொடுத்துடுங்க! டிசி வந்தா முதலில் ப்ராப்பர்ட்டி வேல்யு கேட்பார்!'

'சார். சார், கண்டுபிடிச்சுடுவீங்களா சார்!' என்றார் முதலாளி.

'கவலைப்படாதீங்க. இவங்கள்ளாம் யாரு?'

'சேல்ஸ் பெண்கள்...'

எட்டுப் பெண்கள் வரிசையாக நின்றார்கள். வெட வெடத்துப்
போய் கண்களில் பயரேகைகளுடன்! ஒருத்தி மட்டும் தைரியமாக
நிற்கிறாள். தனியாக விசாரிக்கவேண்டும்!

'இவ்வளவுதானா? கடையில் வேலை செய்யற ஸ்டாஃப்
எல்லாரும் இருக்காங்களா?'

'எல்லோரும் இருக்காங்க சார்.'

ரெட்டி நிதானமாகப் பேசினார். 'இதப் பாருங்க. உங்களுக்கு
எல்லோருக்கும் பொதுவாச் சொல்றேன். உங்களில் யாராவது
இந்தக் காரியத்தைச் செஞ்சிருந்தா எங்களால் கண்டுபிடிக்கிறது
ரொம்பச் சுலபம். போலீஸ் நாய் வந்து 'அவ்'வுனு குரல்
வளையைப் பிடிச்சுடும். அதுக்கு முந்தி நீங்க போலீசுக்கு
ஏதாவது தகவல் சொல்ல விரும்பறீங்கன்னா தாராளமாக
என்கிட்ட சொல்லலாம். கன்ஃபெஸ் பண்ணிட்டா தண்டனை
குறைச்சல். மறைச்சு வெச்சு, கண்டுபிடிக்கிறவரைக்கும்
பார்க்கலாம்னு யாராவது நினைச்சா அது அசட்டுத்தனம்.
முன்னாலயே எச்சரிக்கை செஞ்சுட்டேன்! உங்க ஒவ்வொருத்
தரையும் தனியா விசாரிக்கவேண்டியது என் கடமை. அதில் நீங்க
கோபம் கொள்ளக்கூடாது. என்ன? ஏதாவது யாருக்காவது
சொல்ல விருப்பமா?'

எல்லாரும் மௌனமாக இருந்தார்கள்.

முதலாளி திரும்பி வந்து, 'அந்தப் பையனை வரச் சொல்லி
யிருக்கேன் சார்! வேற யாராவது வேணுமா? சாவிக் கொத்து
பத்திரமா இருக்கு.'

'கடையோட சம்பந்தப்பட்டவங்க அத்தனை பேரும் வேணும்.'

'என் மகன்?'

'உங்க மகன் உட்பட. நாங்க யாரையும் குறிப்பாக சந்தேகிக்க
வில்லை. எல்லோரையும் சந்தேகிக்கறோம். இதுதான் எங்க
ஆரம்பம்!'

ரெட்டி மெதுவாகக் கடையின் உட்புறத்தில் கீழ் ஆராய்ந்தார். 'நீங்கள்ளாம் இங்கேயே இருங்க. என்கூட வரவேண்டாம்.'

தரை மார்ப்ளெக்ஸ் பளபளப்பில் ஒளிர்ந்தது. ஓரத்தில் ஒரே ஒரு வளையல் துண்டு கிடைத்தது. அதை பத்திரமாகப் பொறுக்கிக் கொண்டார்.

'ஹெட் கிளார்க் சார்! கொஞ்சம் வாங்க.'

ஹெ கி நடுங்கிக்கொண்டே அருகில் வர, 'இந்தத் தரையை எப்ப பெருக்குவீங்க?'

'தினம் சார்!'

'தினம் எப்ப?'

'கடை மூடறதுக்கு முன்னாடி!'

'யார் பெருக்குவாங்க?'

'முதலாளி வீட்டில இருந்து பையன் வருவான் சார்!'

'துப்புரவாப் பெருக்குவானா?'

'துப்புரவாத்தான் பெருக்குவான்.'

'அதாவது, ஏதாவது பெரிசா துண்டு கிடந்தா?'

'தெரிஞ்சு போயிடும்! நான் பார்த்துக்கிட்டேதானே இருப்பேன். குப்பை சேரும் பாருங்க, அதைக்கூட கையால் நிரடிப் பார்த்துட்டுத்தான் எடுத்துட்டுப் போக விடுவேன்!'

'வெரிகுட்!'

வளையல் துண்டு. பெண்கள்! பெண்கள்!

எதிரே நின்றுகொண்டிருந்த எட்டு பெண்களைப் பார்த்தார். அதில் சற்று முறைப்பாக இருந்தவளை, 'நீங்க வாங்கம்மா' என்றார். அதே சமயம் ஆரவாரமாக வெளியே பூட்ஸ் சத்தம் கேட்க, பிரபாகர் ராவும், சர்க்கிள் இன்ஸ்பெக்டரும் இன்னும் சில ஆபீசர்களுடன் வருவது தெரிந்து, ஓரத்தில் ஒதுங்கி விறைப்பாக சல்யூட் அடித்தார். பிரபாகர் ராவ் உள்ளே நுழைந்ததும் 'என்ன ரெட்டி?' என்றார்.

'ஹெவி லாஸ் கமிஷனர் ஸாப். 'ஸப் காயப் ஹோ கயா!'

'கப்ராயிரே மத் ஸேட்ஜி. ஹம்லோக் ஆ கயேன் ஹை!' இன்ஸ்பெக்டர் ரெட்டியைத் தனியாக அழைத்துச் சென்று பிரபாகர் ராவ் அவர் தோளில் கை போட்டு, 'ஏதாவது தெரிஞ்சுதா?'

'ஷ்யூர் சார். இன்ஸைட் ஜாப்.'

'எப்படிச் சொல்றீங்க?'

'எல்லாப் பூட்டும் பூட்டியிருந்திருக்கு.'

'இஸ் இட்? இண்ட்ரஸ்டிங்.'

'ஒரு பெண்ணுடைய வேலை இதுன்னு சொல்லலாம்.'

'எப்படி?'

'இதைப் பாருங்க. வளையல் துண்டு. அந்த எட்டுப் பெண்களில் ஒருத்தி...'

'ஓடாதீங்க...ஓடாதீங்க. முதல்ல எவிடன்ஸைப் பார்க்கலாம்.'

பிரபாகர் ராவ் தீர்மானமாக அந்த நகைக் கடையை மறுபரிசீலனை செய்யத் தொடங்கியபோது ஒரு கான்ஸ்டபிள் அவரிடம் வந்து ஒரு காகிதத்தைக் கொடுத்தார்.

அவர் காரில் இருந்த ரேடியோ தொடர்பின் மூலம் கிடைத்த செய்தி அது.

'திருமதி ப்ரேமலதாவுக்கு ஒரு தபால் பார்சல் வந்திருக்கிறதாம். திறக்கவே பயப்படுகிறார்களாம்.'

17

பிரபாகர் ராவ் சற்று நேரம் யோசித்தார். ஒரு புறம் இந்தப் பெரிய திருட்டு... செய்தித்தாள்களில் முதல் பக்கத்தை ஆக்கிரமிக்கப் போகிற திருட்டு... இதைக் கவனிப்பதா? அந்தப் ப்ரேமலதாவை கவனிப்பதா? பார்சல்! பார்சல் வந்திருக்கிறது என்று கேட்டதும் அவர் வயிற்றில் ஒரு வேதனைக் கவ்வல் ஏற்பட்டது. ஒரு பயம். சே! இரவு அவனைப் பிடித்திருக்கவேண்டும். மயிரிழையில் தப்பித்துவிட்டான். இப்போது கோபம் கொண்டு அந்தப் பெண்ணைச் சேதம் செய்து உடல் உறுப்புகள் எதையேனும்... நினைக்காதே! நினைப்பதற்குச் சமயமில்லை இது. செயல்படு! உடனே அங்கே போகவேண்டும்.

'ரெட்டி! கொஞ்சம் வாங்க! ஸி.ஓ.டி.க்குத் தகவல் சொல்லிட்டீங்கல்ல?'

'எஸ் சார். அப்பவே சொல்லிட்டேன்!'

'அவங்க ப்ரிண்ட்ஸ் எடுத்துப் பார்க்கட்டும். இடையில் எம்ப்ளாயிஸ் எல்லாரையும் க்ளோஸா கொஸ்சின் பண்ணுங்க. பயமுறுத்தாதீங்க. அவங்களோட நேத்து ராத்திரி நடவடிக்கைகளை விசாரியுங்க. அப்புறம் எம்.ஓ. க்ரைம் மாதிரி தெரியுது இது. எதுக்கும் போலீஸ் கம்ப்யூட்டருக்குத் தகவல் கொடுத்துக் கேட்டுப் பாருங்க.'

'இது நிச்சயம் உள்ள இருக்கப்பட்ட ஆசாமிங்க செஞ்சதுதான் சார்!'

'இருக்கலாம். ஆனா அதை நாம ஆரம்பத்திலேயே தீர்மானிக்க வேண்டாம்! என்ன?'

'எப்படி சார் எம்.ஓ. க்ரைம்னு சொல்றீங்க?'

'சொல்றேன். முதல்ல சிப்பந்திகளை தீர விசாரிங்க. அவங்க வீட்டில் சர்ச் பண்ணிட்டு எனக்குச் சொல்லுங்க.'

உதவி கமிஷனர் பிரபாகர் ராவ் தன் காரில் அவசரமாக ஏறிக்கொள்ள அதில் இருந்த ரேடியோ கூப்பிட்டது.

'கண்ட்ரோல் கோ அஹெட்!' என்றார்.

'கமிஷனர் உங்களைக் கூப்பிடுகிறார் சார்!'

பிரபாகர் ராவ் சற்று யோசித்து, 'ஆபீஸுக்குப் போய்யா' என்றார்.

கமிஷனர் அறைக்குள் நான்கைந்து பத்திரிகையாளர்கள் கூடியிருந்தனர்.

பிரபாகர் ராவ் சென்றதும், 'என்ன பிரபாகர், என்ன ஆச்சு? ஏகப்பட்ட நெருக்கடி போல இருக்கே?' என்றார் கமிஷனர்.

'ஆமா, சார்!'

'மிஸ்டர் பிரபாகர் ராவ், அந்த கிட்நாப்பிங் கேஸ் என்ன ஆச்சு?' என்றார் ஒரு நிருபர்.

'வி ஆர் க்ளோஸ் டு அன் அன்ஸர்!'

'ரொம்ப மழுப்பலான பதில். எப்ப அவனை அரஸ்ட் பண்ணுவீங்க? இன்னிக்கா, நாளைக்கா, இரண்டு மாசமா?'

'சொல்ல முடியாது.'

'அவன் யாருன்னு கண்டுபிடிச்சுட்டீங்களா?'

'பிரயத்தனப்பட்டுக்கிட்டிருக்கோம்!'

'சமீபத்தில் பங்களூர்ல குற்றங்கள் அதிகமாகியிருக்கே. அதற்கு ஏதாவது காரணம் சொல்ல முடியுமா?'

‘ஜென்டில்மேன். நான் உங்களை மறுபடி அழைக்கிறேன். போலீஸ்கிட்ட திட்டவட்டமாத் தகவல் கிடைத்த உடனே அழைக்கிறேன்!’

‘அப்ப அதுவரைக்கும் ப்ளாங்க்தான்!’

‘அப்படி இல்லை...’ பிரபாகர் ராவ் சிரமப்பட்டு கோபத்தை அடக்கிக் கொண்டார். ‘நிறையக் கண்டுபிடிச்சிருக்கோம். ஆனா அதை இந்தக் கட்டத்தில் பத்திரிகைக்காரர்களுக்கு சொல்றதி னால் கேஸ் பாதிக்கப்பட்டுடும்.’

‘இதுவும் ஒரு மழுப்பல்தான்!’

‘அப்புறம், வரிங்களா!’ அவர்கள் சென்றதும், கமிஷனருடன் தனியாக இருக்கும்போது, ‘சரியான பேஜார் சார் பத்திரிகைக் காரங்க’ என்றார்.

‘என்ன பிரபாகர்... காலைல வி.பி. ஜுவல்லர்ஸ் பெரிய திருட்டாமே?’

‘ஆமாம் சார்! ரொம்பப் பெரிசு!’

‘நான் வந்து பார்க்கறேன்! ஏதாவது துப்பு கிடைச்சுதா?’

‘அதிகம் இல்லை... எல்லாக் கதவுகளும் பூட்டியிருந்தது. அது ஒண்டிதான் தடயம்!’

‘உள் ஆசாமிங்க வேலைன்னு தெரியுது?’

‘இருக்கலாம். ஆனா கொஞ்சம் உதைக்குது. ராத்திரி ஒம்பதரை மணிக்கு எல்லாக் கதவையும் பூட்டிட்டு கடையைப் பூட்டிட்டு சாவியை எஜமானன் கையில் கொடுத்திருக்கிறபோது அத்தனை நகைகளும் இருந்திருக்கு... திருட்டு பின்னிரவில் நடந்திருக்கு. எப்படி? திருடின ஆள்கிட்ட எல்லாப் பூட்டுகளுக்கும் சாவி இருந்திருக்கு. சாவி போட்டுத் திறந்து திருடி மறுபடி பூட்டி வெச்சுட்டுப் போயிருக்கான். அல்லது போயிருக்கா.’

‘பொம்பளையா?’

‘இன்ஸ்பெக்டர் ரெட்டி ஒரு வளையல் துண்டைப் பார்த்திருக்கார்.’

‘இண்ட்ரஸ்டிங்!’

‘இது என் அபிப்பிராயத்தில் எம்.ஓ. க்ரைம், சார். கடை சிப்பந்திகள் மேல முதலில் சந்தேகப்பட்டே ஆகவேண்டும். வாஸ்தவம் தான். அவுங்க இல்லைன்னா?’

‘இல்லைன்னா?’

‘சாமர்த்தியமா, திறமையா பூட்டுகளுக்குச் சாவி போட்டுத் திறக்கக்கூடிய ஆசாமிகளை எல்லாம் விசாரிக்கணும். அதுக்கு முன்னாலே இந்தப் ப்ரேமலதா பரமானந்த் கேஸ் வேற தலையைத் தின்னுது. நேத்திக்கு ராத்திரி அவனைப் பிடிச்சிருப்பேன் சார், இட் வாஸ் தட் க்ளோஸ். தப்பிச்சுட்டு ஓடிட்டான்!’

கமிஷனருக்கு முன்னிரவுச் சம்பவங்களை விவரித்தார்.

‘கார் நம்பர் பார்த்திருக்கலாமே?’

‘நம்பர் இல்லாத கார்! ரொம்ப கிளவர்! இருட்டில இம்போர்ட்டட் கார் மாதிரி இருந்தது. நான் கொஞ்சம் அவசரப் பட்டுட்டேன்! ஆனா ஆனா அவனை நிச்சயம் பிடிச்சுடுவேன்னு நம்பிக்கை இருக்கு!’

‘இப்ப எங்க போறீங்க?’

‘அந்தம்மாவுக்கு இன்னொரு லெட்டர் பார்சல் வந்திருக்காம்... அதை விசாரிக்கப் போறேன். நீங்க அந்த வி.பி. ஜுவல்லர்ஸுக்குப் பதினோரு மணிக்கு வாங்க சார். ஐ வில் ஜாய்ன் யு தேர்!’

‘சரி.’

பிரபாகர் ராவ் கமிஷனர் ஆபீசிலிருந்து வெளியே வரும்போது ‘குட்மார்னிங் சார்!’ என்று ஒரு ஹீனமான குரல் கேட்டது!

திரும்பிப் பார்த்தார்.

‘என்னை ஞாபகம் இருக்கா? ரொம்ப நாளாச்சி பார்த்து!’

பிரபாகர் ராவ் தினசரி எத்தனை பேரைச் சந்தித்தாலும் சில முகங்களை மறக்கவே மாட்டார்! ரேகாவின் காதலன் ப்ரஸன்னாவின் முகம் அப்படிப்பட்ட ஒன்று.

‘ஓ! ப்ரஸன்னா! எப்படியிருக்கே?’

'சார், உங்ககிட்ட மிக முக்கியமா மிக அவசரமா ஒரு விஷயம் பேசணும்!'

'ப்ரஸன்னா! ஐம் இன் எ ஹர்ரி. சாயங்காலம் பார்க்கலாமே!'

அவன் கண்களில் ஏமாற்றம் பளிச்சிட்டது.

'ஒரு அஞ்சு நிமிஷம் சார், ப்ளீஸ்?'

'லுக், ஐம் இன் எ டெஸ்பரேட் ஹர்ரி! இரண்டு முக்கியமான கேஸ்ல தீவிரமாக இருக்கேன். சாயங்காலம் வாயேன். கொஞ்சம் ஃப்ரீயா இருப்பேன்!'

ப்ரஸன்னா அடிபட்டவன்போல் ஆகிவிட்டான். தயக்கத்துடன் தன் பையிலிருந்து ஒரு காகிதத்தை எடுத்து, 'உங்களுக்குச் சமயம் இருக்கும்போது இதைப் படிங்க சார்' என்றான்.

பிரபாகர் ராவ் அதை வாங்கித் தன் பைக்குள் திணித்துக்கொண்டு உடனே புறப்பட்டார். ஒரு நாளைக்கு இருபத்துநாலு மணி நேரம் போதவில்லை. எத்தனை காரியங்கள் பாக்கி இருக்கின்றன. முதலில் இந்த ராஸ்கலை எப்படியாவது பிடித்தாகவேண்டும். அது முக்கியம். மிக முக்கியம். அவருக்கும் அவனுக்கும் ஏதோ ஒரு சூட்சமமான நட்பு ஏற்பட்டு விட்டதுபோல் உணர்ந்தார். வேடனும் மிருகமும்போல்! கிட்டக் கிட்டே வருகிறான். ஆசை காட்டுகிறான். குறி வைக்கும் சமயம் தவறிப்போய் தப்பித்து மறைகிறான். மறுபடி வந்து ஆசை காட்டுகிறான்.

பரமானந்த் மிகுந்த கவலையுடன் மேலும் கீழுமாக நடந்து கொண்டிருக்க ப்ரேமலதா முகம் வீங்கி கன்னம் வெந்து அழுது கொண்டிருந்தாள்.

'திறக்கவே பயமா இருக்கு சார்! போலீஸ் எதுக்கு இருக்கு? எங்களைப் பாதுகாக்கறதுக்கு... இத்தனை நாளாச்சு ஒரு எழவும் செய்யாம கை கட்டிக்கிட்டு பாத்துண்டிருக்கீங்க...' என்று சம்பந்தமில்லாமல் பேசினார்.

'அந்த பார்சலைக் கொடுங்க.'

அதன்மேல், 'டார்லிங் ப்ரேமலதாவுக்கு ஒரு பரிசுப் பொருள் ஒரு நண்பனிடமிருந்து' என்று எழுதியிருந்தது. ஜாக்கிரதையாகப் பிரித்தார். விரல் ரேகைகள் ஏராளமாகக் கிடைக்கலாம்!

உள்ளே அவசரமாகக் கட்டப்பட்ட புத்தகம் போல இருந்தது. பிரித்தால் புத்தகமில்லை. புத்தக அளவில் இரண்டு அட்டைகள், அந்த அட்டைகளின் நடுவில் ஒரு மயிர்க்கற்றை. கொஞ்சம் ரத்தம்!

பிரபாகர் ராவ் உடனே அதை மூடினார்.

சுனில் குளித்துக்கொண்டிருந்தான். தேவைக்கு உஷ்ணத்தை அமைத்துக்கொண்டு ஷவர் அவன்மேல் ஆவியைப் பரப்ப, அந்தச் சூட்டை அதிகப்படுத்திக்கொண்டே எதுவரைக்கும் உடம்பு சூடு தாங்குகிறது என்று பரிசோதித்துப் பார்த்தான். அவன் உடம்பெல்லாம் சிவந்திருந்தது. வேதனை அவனுக்குப் பிடித்திருந்தது. கதவுக்கு வெளியே அவன் அம்மா, 'சுனில், என் கண்ணா! சுனில் கண்ணா!' என்று கூப்பிட்டாள்.

'என்ன?'

'ரெண்டு நாளா உன்னைக் காணோமே! எங்க போயிருந்தே?'

'பெங்களூர்லதான் இருந்தேன்.'

'உனக்காக நான் ஒரு ஜீன்ஸ் துணி எடுத்து வெச்சிருக்கேன். ஆர்யபவன் ஸ்வீட்ஸ் எடுத்து வெச்சிருக்கேன்.'

'ம்.'

'எதுக்குத் தெரியுமா?'

'தெரியாது.'

'இன்னிக்குப் பிறந்தநாள் உனக்கு! ஹாப்பி பர்த் டே டு யூ!' என்று பாடினாள்.

'இன்னிக்காவது வீட்டில இருக்கியா?'

'அப்பா எங்கே?'

'பாம்பே போயிருக்கார் செக்ரட்டரிகூட.'

'எனக்கு முக்கியமா வேலை இருக்கு.'

'நானும் நீயும் சினிமா போகலாமா? அப்புறம் டாப் காப்பிக்குப் போய் விருந்து சாப்பிடலாமா?'

'வேண்டாம். எனக்கு வேலை இருக்கு?'

'இன்னிக்கு ஒரு நாள் சந்தோஷமா இருக்கலாமே. ஒரே ஒரு நாள், உன் அம்மா சொல்றதைக் கேளேன்.'

'என்னைத் தொந்தரவு செய்யாதே, போ, போ!'

'ப்ளீஸ், என்னைப் போ போன்னு மட்டும் சொல்லாதே. உனக்காகத்தாண்டா நான் உயிர் வாழறேன். நீ இல்லைன்னா நான் எப்பவோ செத்துப் போயிருப்பேன்.'

துண்டைச் சுற்றிக்கொண்டு கதவைத் திறந்தான்.

'என் செல்லம். என் கண்ணே, நீ நீண்ட நாள் வாழணும்! பெரிய வேலையாகி பெரிய பதவி எல்லாம் எடுத்து புகழோட வாழணும். அதான் என் ஆசை' என்று அவனை அணைத்துக் கொண்டாள். 'உடம்பு எவ்வளவு சிவந்திருக்கு பாரு, பவுடர் போட்டுக்கோ.'

சட்டென்று அவளிடமிருந்து தன்னை விடுவித்துக்கொண்டு தன் அறைக்குச் சென்று கதவை மூடிக்கொண்டான்.

'என்னை அலட்சியம் பண்ணாதேடா. எனக்கு ரொம்ப அழுகை வரது. நீங்க ரெண்டு பேரும் என்னை அலட்சியம் பண்றீங்க. எனக்கு வேற யார் இருக்கா, சொல்லுடா கண்ணா.'

'வேற யாரும் இல்லையா? நிஜமாச் சொல்லு. வேற யாரும் இல்லையா?' என்று அறையைத் திறந்து எட்டிப் பார்த்துக் கேட்டான்.

'போடா' என்று அவள் வீழ்த்தப்பட்டவள்போல் தன் அறைக்குச் செல்ல...

'எனக்கு எல்லாம் தெரியும் மம்மி' என்றான்.

'இதில பரிதாபப்படவேண்டியது நீ இல்லை. அப்பா இல்லை. நான்தான். ரெண்டு பேரும் சண்டை போட்டுச் சண்டை போட்டு என் சின்ன வயசுக் கற்பனைகள் முழுவதையும் பாழ் பண்ணீங்க, இந்த வீட்டில் மூணு தீவுகள். நீ, நான், அப்பா. ஒண்ணுக்கு ஒண்ணு சம்பந்தமில்லாத மூணு தீவுகள். ஆயிரம் மைல் தள்ளித் தள்ளி மூணு தீவுகள். எனக்குப் பிறந்த நாள் வாழ்த்துச் சொன்னே

பாரு. அது பலிக்கப் போறது. நாளைக்கு எனக்குப் புகழ் வரப் போறது. எல்லாரும் என்னைப் பத்திப் பேசப் போறாங்க. பேப்பர்ல பேர் வரப்போறது. போட்டோ வரப்போறது. உனக்கு ரொம்பச் சந்தோஷமா இருக்கும், இல்லை?'

'பின்ன மகன் பேரும் புகழுமா இருந்தா எந்தத் தாய்தான் சந்தோஷப்பட மாட்டா?'

சுனில் சமையலறைக்குச் சென்றான். அவன் அம்மா அவனை அங்கே தொடர்ந்தாள்.

'என்ன வேணும் கண்ணா, காப்பியா?'

'இல்லை, ஒரு கத்தி.'

'எதுக்கு?'

'ஒரு சின்னப் பெண்ணைக் கொல்றதுக்கு...'

அவன் அம்மா சிரித்து, 'எப்பப் பார்த்தாலும் சுனில் கண்ணனுக்கு வேடிக்கைதான்.'

சுனில் அலமாரியிலிருந்து பல்வேறு சமையல் உபகரணங்களை ஆராய்ந்தான்.

'அம்மா! எனக்குப் பணம் கொடு!'

'இதோ எடுத்துட்டு வரேன் கண்ணா' என்று படுக்கை அறைக்குச் சென்றாள்.

சுனில் காய்கறி நறுக்கும் ஒரு எவர்சில்வர் கத்தியைத் தேர்ந்தெடுத்தான். அதன் முனையைச் சோதித்துப் பார்த்து அதை ஒரு காகிதத்தில் சுற்றி பாண்ட் பைக்குள் போட்டுக்கொண்டான்.

18

சுனில் அவசரமின்றி கார் ஓட்டினான். அவன் அருகில் அந்தக் கத்தி பளபளத்தது. அதை வைத்துக்கொண்டு என்ன செய்வது என்று இன்னும் தீர்மானிக்கவில்லை. ஏற்கெனவே ஒரு பார்சல் அனுப்பியாகிவிட்டது. ஒரு சின்ன வெட்டு, அப்புறம் தன் சொந்த ரத்தம். சுனில் புன்னகைத்தான். அவர்கள் அதைப் பார்த்ததும் கதி கலங்கிப் போவார்கள். கலங்கட்டும். பங்களூரின் போலீஸ் படை முழுவதுமே, அதன் தொப்பி வைத்த அதிகாரிகள் அனைவருமே 'அவன்', 'அவன்' என்று பேசிக்கொள்வார்கள். 'அவன்' முகமில்லாதவன். இன்னும் அவன் சுனிலாகி விடவில்லை. அவர் களுக்குத் தெரியாது. இப்போது இந்த நிமிஷம் அவன் கமிஷனர் ஆபீசுக்குள் காரைச் செலுத்தி, நிறுத்தி, அவர் கதவைத் தட்டி 'ஹலோ கமிஷனர்' என்று விசாரிக்க முடியும். விசாரிக்கலாமா? சுனில் சற்றுத் தயங்கினான். விசாரித்தால் என்ன?

அபாயத்தின் அத்தனை அருகே சென்றுதான் பார்க்க லாமே! சுனிலின் ரத்தத்தில் மறுபடி சூடேறியது. சவால்! சிங்கத்தின் குகைக்குள் நுழைந்து திரும்பிவரும் சவால்!

காரைத் திசை திருப்ப இருந்தவன் மறுபடி அந்தக் கத்தியைப் பார்த்தான். உடனே இந்துவின் ஞாபகம் வந்தது. இரண்டு நாள். இரண்டு நாள், அவள் அந்த வீட்டில் அடைப்பட்டிருக்கிறாள். சரியாகச் சாப்பிட

வில்லை. விட்டுச் சென்றிருந்த பிஸ்கட், பழங்களைத் தொட
வில்லை. மூலையில் உட்கார்ந்துகொண்டு அழுது அழுது
திராணியிழந்து சோர்ந்து நடுங்கி புரியாமல் என்ன செய்வது
என்று தெரியாமல்...

ஏன் சுனில் இப்படிச் செய்கிறாய்? என்னில் இரண்டு சுனில்கள்!
இந்தப் பெண்ணைப் பார்த்ததும் பரிதாபம் வயிற்றில் பொங்கும்
ஒரு சுனில். அதே சமயம் அதே... சமயம் அவள்மேல், அவள்
கையாலாகத்தனத்தின்மேல், அந்த அழுகைமேல் வரும் ஆத்திரம்
பொங்கும் மூர்க்க சுனில்.

ஆத்திரம் அவள்மேல் இல்லை சுனில், ஆத்திரம் உன்மேல்தான்.
விபரீதத்துக்கு இந்த விவகாரத்தைக் கொண்டுவந்துவிட்டாய்.
இதில் இந்துவைப்போல் நீயும் மாட்டிக்கொண்டுவிட்டாய்.
எப்படித் தப்பிப்பாய்? ஏன், தப்பிக்கலாமே? அந்தப் பெண்ணை
காரில் அழைத்துச் சென்று ஏதாவது ஒரு தனியான வீதியில்
விட்டுவிடலாமே? அத்தனை சிறிய பெண், என் முகத்தை எப்படி
ஞாபகம் வைத்துக்கொள்ள முடியும்? அப்படித்தான் செய்ய
வேண்டும். போதும் விளையாட்டு. விட்டுவிடலாம்!

பின் எதற்கு இந்தக் கத்தி? என்னுள் ஏன் இந்த இச்சை திடீர் என்று
பொங்குகிறது. அந்தப் பளபளப்பான கத்தியை ரத்த நிறத்தில்
அசுத்தப்படுத்துவதற்கு...

'சத்தக்!'

'எங்கே குத்தலாம்?'

'குத்தாதே! அவளை விடுவித்துவிடு! அதுதான் உனக்கு நலம். நீ
அகப்படமாட்டாய்.'

'இல்லை, குத்தவேண்டாம். மெலிதாக அவள் சட்டையைக்
கழற்றி அந்தத் தட்டையான மார்பில் லேசாகக் கீறலாம். சற்றுத்
தயங்கி ரத்தம் வரும்.'

'வேண்டாம்!'

'வேண்டும்!'

சுனில் தன் மண்டையைப் பிடித்துக்கொண்டான். ஒற்றைக்
கையால் காரைச் செலுத்த அவனையும் அவன் காரையும் சேர்ந்து

மற்றொரு சக்தி செலுத்துவதுபோல் உணர்ந்தான். மற்றொரு சக்தி? மலைமேல் ஒரு குரல்? அவன் ஆசான்! அவன் நண்பன்! அவன் மகாத்மா!

'சுனில்! அங்கே போ! அந்தப் பெண்ணைக் கொண்டு வா!' என்று சொன்ன குரல்! அவன் உள்ளத்தின் உள்ளத்தில் ஒலிக்கும் குரல். மண்டைக்குள் கேட்கும் குரல். கித்தார் வாத்தியத்தின் சுருதிக் கம்பிகளின் முனகல்... மணியோசை. மலையளவு பெரிதாக ஓம்! குரல்! குரல்! மலைமேல் குரல்!

சுனில் க்றீச் என்று ப்ரேக் போட்டான். சாலையில் யாருமில்லை. தூரத்தில் ஒரு பாதசாரி திரும்பிப் பார்த்து 'ஏனாய்த்து' என்றார்.

சுனில் இந்துவை அடைத்து வைத்திருக்கும் வீட்டை நோக்கிச் செலுத்தினான்.

இன்று தீர்மானமாக ஏதாவது செய்துவிடவேண்டும்! மணி பார்த்தான். 6.30. திறந்திருக்கும் நிச்சயம் திறந்திருக்கும். போவதற்குமுன் ஒன்று போட்டால் என்ன? சுனிலின் கைகள் நடுங்க ஆரம்பித்துவிட்டன. சட்டென்று ஒரு நடை கலாசிப் பாளையம் போய், மிக விரைவில் ஒரு இழுப்பு. அப்புறம் மனத்தெளிவு ஏற்பட்டுவிடும். சிந்தனை அம்பலப்பட்டுவிடும். சாந்தி பிறக்கும். செய்யும், செய்யப்போகும் காரியத்துக்கு ஒரு தீவிரமும் ஸ்திரநிலையும் ஏற்படும்.

'போ! சுனில்! அங்கேதான்! முதலில் போ! அந்தப் புகை உன் நெஞ்சுக்குள் கொஞ்சி நிரம்பட்டும். அப்புறம் பார், உன் சாதனைகளை! சுனில்! மஹா சுனில்! போலீசைத் திணற அடிக்கும் சுனில்! ஒருவருக்கும் தெரியாது.' சுனிலின் கை நடுக்கம் இப்போது அதிகரித்தது. அவன் இச்சையுடன் சம்பந்தமில்லாதது போல் கார் தானாகவே கலாசிப்பாளையத்தில் அந்த இருட் டறையை நோக்கி அதன் மயக்கத்தை நோக்கிச் செல்வதுபோல் இருந்தது.

குமாரி கதவை பயத்துடன் ஒருக்களித்துத் திறந்தாள்.

'உங்களை முதலாளி கூப்பிடறாரு' என்றான் சிறுவன்.

'எதுக்குடா?'

'அது எதுக்கோ, எனக்குத் தெரியாது.'

‘இந்தா வர்றேன்னு சொல்லு!’ உள்ளே கதவைத் தாளிட்டுக் கொண்டு நகைகள் அடங்கிய அழுக்குப்பையை படுக்கைக்கு அடியில் தள்ளிவிட்டு அதைப் போர்த்திவிட்டு தன் புடைவையைச் சரி செய்துகொண்டு கீழே வந்தாள்.

‘என்னங்க?’

‘நீங்க இன்னும் எவ்வளவு நாள் தங்கப்போறீங்க?’

‘ஏன்? ஒரு வாரம் இருக்கலாம்னு யோசனை!’ ஆறுமுகம் சொல்லியிருக்கிறான். நான் வரும்வரை இந்த இடத்தை விட்டு நகராதே. அதிகமா வெளியே செல்லாதே...’

‘தாராளமா இருங்க. ஆனா அதுக்கு உண்டான பணத்தைக் குடுத்துட்டிங்கன்னா.’

‘பணம்தான் முப்பது ரூபா கொடுத்துட்டேனே?’

‘அது ரெண்டு நாளைக்கு. நீங்க வந்து இது மூணாவது நாள்.’

‘ஏமாத்தமாட்டேன், குடுத்துறுவேன்.’

‘எப்ப குடுப்பீங்க?’

‘இன்னும் ரெண்டு மூணு நாளில!’

‘உங்க உறவுக்காரங்க யாரோ வர்றதாச் சொன்னீங்களே! வந்தாங்களா?’

‘இல்லை. அவருக்காகத்தான் காத்துக்கிட்டு இருக்கேன்!’

‘இதப் பாருங்கம்மா. அப்பட்டமாவே சொல்லிடறேன். இது மரியாதைப்பட்ட ஓட்டல். மத்த லாட்ஜுங்களைப் போல இல்லை. ஒரு பொம்பளை தனியா தங்கியிருக்கிறது நமக்கு சரிப்பட்டு வர்றதில்லை.’

‘நான் என்ன தப்பு தண்டா ஏதாவது செய்தேனுங்களா?’

‘அது என்னவோ எனக்குத் தெரியாது. ஏழு நாள் தங்கணும்னா பதினஞ்சேழு நூத்தி அஞ்சு ரூபாயை முன் பணமாக் குடுத்துட்டு மேற்கொண்டு பேசலாம், என்ன?’

குமாரியின் கையில் சரியாகப் பதினைந்து ரூபாய்தான் இருந்தது. திரும்பிப் பழைய தொழிலுக்குப் போனால் இருபது இருபத்தி ஐந்து செய்யலாம். திரும்பப் போவதா? சே!

அதை விட்டொழித்தாகி விட்டது. கனவிலும் இல்லை!

'எங்கிட்ட அத்தனை பணம் தற்சமயத்துக்கு இல்லையே முதலாளி.'

'அப்பக் காலி பண்ணிடுங்க! ரூமுக்கு ஏகப்பட்ட டிமாண்டு. டேய் முப்பத்தாறில லக்கேஜ் எடுத்துக் கொண்டு வச்சுர்றா!'

'இருங்க இருங்க!'

'என்ன இருங்க!'

'இருங்க. ஒரு மணி நேரம் டயம் கொடுங்க. உங்க பணத்தைக் கொண்டாந்து கட்டிடறேன்.'

'சரி! ஒரு மணிதான் காத்திருப்பேன்!'

குமாரி திரும்பத் தன் அறைக்கு வந்தாள். அவளுக்குச் சிரிப்பாக வந்தது. 'படுக்கை அடியில் லட்சக்கணக்கான நகை! பதினைஞ்சு ரூபாய்க்கு சிங்கியடிக்குது! என்ன பொளப்புடா இது? என்ன செய்வது! இந்தாளு ஆறுமுகமோ, அட்ரஸே இல்லாமப் போய்ட்டாரு! எப்ப வருவாரு, என்ன செய்யப் போறாரு! யோவ்! எங்கய்யா இருக்க நீ?' என்று சுவரைப் பார்த்துக் கேட்டாள்.

'அய்யோ அய்யோ! இன்னா கதி பாத்தியா உனக்கு? ஆறுமுக மானா 'நான் வரும் வரைக்கும் வெளியே போகாதே. நகைகளை ஒண்ணும் செய்யாதே' என்று சொல்லியிருக்கிறான். ஒரே ஒரு மோதிரம் அல்லது சங்கிலியை விற்றால் என்ன? ஆறுமுகத் துக்குத் தெரியவா போகிறது? கையில அல்லது களுத்தில போட்டுக்கலாம். அய்யா எனக்குப் பணமுடை வந்திருச்சு, விக்கும்படி ஆய்டுச்சுன்னு சொன்னா யாரு சந்தேகப்படப் போறாங்க! அஅங், அதான் சரி!'

குமாரி அந்தத் துணிப்பைக்குள் கைவிட்டு ஒரு சங்கலியை உருவினாள். இது எவ்வளவு இருக்கும்?

குமாரிக்கு அதன் மதிப்பு ஐந்நூறா ஆயிரமா என்று சரியாகத் தெரியவில்லை. பவுன் விலை இப்ப எல்லாம் என்ன இருக்கும்?

எப்போது அவள் தங்கம் அணிந்திருக்கிறாள். சின்ன வயசில... ஏதோ பிறந்தநாளின்போது ஒரு மெலிய சங்கிலி. ஒரு வாரத்தில் அப்பனால் உருவப்பட்ட ஒரே ஒரு சங்கிலி! தங்கச்சிக்கு இதில ஒண்ணு கொடுக்கணும். படிக்கப் போறப்போ போட்டுக்கிட்டா ஷோக்கா இருக்கும். குமாரி அந்தச் சங்கிலியைக் கழுத்தில் மாட்டிக்கொண்டாள். எதுக்கும் ஒரு மோதிரமும் இருக்கட்டும் என்று அதையும் செருகிக்கொண்டாள். மற்ற நகைகளை மூடிச் சுருட்டி வைத்துவிட்டு அறையைப் பூட்டிக்கொண்டு புறப் பட்டாள்.

'இதோ பணத்தோட வந்திர்றங்க முதலாளி!' என்றாள்.

சிக்பேட்டையின் சந்துகளில் ஒரு தெருவில் வரிசையாக சின்னச் சின்ன நகைக் கடைகள் இருந்தன. தாழ்வாகத் தொங்கும் விளக்கடியில் சோடா பாட்டில் கண்ணாடி அணிந்தவர் புசுபுசு வென்று சின்ன அழுக்கு பிரஷ்ஷால் ஒரு நகையைத் தேய்த்துக் கொண்டிருந்தார்.

'யாரம்மா?'

'ஒண்ணுமில்லை. அவசரத்துக்குப் பணம் வேணும். ஒரு நகையை விக்கணும்.'

'நகை விக்கணுமாம்' என்றார் சோடா.

'வாங்கம்மா. தங்கமா? வெள்ளியா?'

'தங்கந்தாங்க.'

'காட்டுங்க பார்க்கலாம்.'

குமாரி தன் கழுத்திலிருந்து கழற்றிக் கொடுத்தாள். 'இன்னிக்கு பவுன் வெல எத்தினியோ அதுப்படி கொடுங்க.'

கடைக்காரர் அந்த நகையின் பளபளப்பையும் அதில் நூல் போட்டுக் கட்டியிருந்த ஒரு சிறிய அட்டைச் சீட்டையும் பார்த்தார்.

'உங்களுதாம்மா?'

'ஆமாங்க' என்றாள் குமாரி சுற்றுமுற்றும் பார்த்துக்கொண்டு.

நேற்று காலையில்தான் போலீஸ்காரர்கள் வந்து கடை கடையாய்ச் சொல்லிவிட்டுப் போயிருக்கிறார்கள். யாராவது புதிதாக நகை விற்க வந்தால், உடனே அவர்களுக்குத் தெரிவிக்கும்படி.'

கடைக்கார சேட் குமாரியை மறுபடி பார்த்தார். அந்தப் புதிய நகைக்கும் அவள் தோற்றத்துக்கும் பொருத்தமில்லாமல் இருந்தது. 'பணமுடைங்க, அதனாலதான் விக்கும்படி ஆயிடுச்சு.'

'பரவாயில்லைம்மா உக்காரு. கொஞ்சம் எடை பார்த்துச் சொல்லிடறேன்.'

'சீக்கிரம் பார்த்துச் சொல்லுங்க சேட்டு.'

'நாகப்பா, இதை எடை பாருங்க.'

குமாரி அந்த எடை பார்க்கும் செயலின் வசீகரத்தில் ஆழ்ந்திருக்க, கடை முதலாளி டெலிபோனை அதன் மரப்பெட்டியிலிருந்து பூட்டைத் திறந்து எண்களைச் சுழற்றினார்.

'ஏய் குமாரி!'

திடுக்கிட்டு நிமிர்ந்தாள்.

ஆறுமுகம்.

'அட வாய்யா.'

19

குமாரி ஆறுமுகத்தைப் பார்த்ததும் மலர்ந்தாள்.

'என்னய்யா நீ என்னை ஒண்டியா அம்போன்னு வுட்டுட்டு காணாமப் போயிட்டே, உனக்காகக் காத்துக் காத்து பேஜாராய்டுச்சு... எப்ப வந்தே? எங்கே...'

ஆறுமுகம் அவளைத் தடுத்து நிறுத்தி சற்று அடக்க மான குரலில் 'ஷ்! மெதுவாப் பேசு! இங்க எதுக்கு வந்தே, நகைக் கடைக்கு?'

'ஒண்ணுமில்லைய்யா! கையில ஒத்தைக் காசு இல்லை. சின்னதா ஒரு செயினை வித்துட்டு ஓட்டல் கடனை அடைக்கலாமின்னுட்டு!'

'அடிப்பாவி கெடுத்தியே!'

'ஏன்யா?'

சேட் இதற்குள் போலீசுக்கு கமுக்கமாக போன் பண்ணி முடித்துவிட்டு, 'வாங்கம்மா, வந்து உள்ள ஒக் காருங்கோ!' என்றார்.

'இதோ வர்றேன் சேட்டு. நம்ம தோஸ்த்து வந்திருக் காரு. பாத்து பேசிட்டு வர்றேன். நீங்க எடை போடுங்க!'

ஆறுமுகம் உடனே உஷாரானான். சேட் போனில் தாழ்ந்த குரலில் திரும்பிப் பேசுவதை அவன் கவனித்

திருந்தான். அதன்பின் சற்று தாராளமான வரவேற்புடன் குமாரியை உள்ளே அழைப்பதையும் கூர்மையாகக் கவனித்தான்.

'இதா பாரு குமாரி. காரியம் கெட்டுருச்சு! உடனே புறப்படு, இந்த இடத்தில் நாம நிக்கக்கூடாது. ஆபத்து... வா!' என்று அவள் கையைப் பிடித்து இழுத்தான்.

'இருய்யா, நகை குடுத்திருக்கேன். எடை போடறதுக்கு!'

'போனால் போவுது. வா, வந்துரு. இங்க நின்னா நாம செத்தோம். சேட்டு போலீசுக்கு போன் பண்ணியிருக்காரு' என்றான் குரலை உயர்த்தாமல்.

திரும்பிப் பார்ப்பதற்குள் அவளை புஜத்தில் அழுத்தமாகப் பிடித்துத் தரதரவென்று இழுத்துக்கொண்டு சிக்பேட்டையின் சந்தடியில் கலந்து சற்றுத் திரும்பி மற்றொரு சந்து திரும்பி... குமாரி இறைக்க இறைக்க அவனுடன் தாக்குப் பிடிக்க முடி யாமல், 'எங்கய்யா! தெரு நாயை இழுத்துட்டுப் போறாப்பல இழுத்துட்டுப் போறியே?' என்றதற்கு 'வாடி!' என்று அதட்டினான்.

சேட்டிடம் சோடாபாட்டில் கண்ணாடிக்காரர் அந்தத் தங்கச் சங்கிலியைக் கொடுத்துவிட்டு 'ரெண்டரை பவுன் இருக்குதுங்க' என்றார்.

சேட் வெளியே பார்த்து 'எங்கய்யா அந்தப் பொண்ணு' என்றார்.

'காணலியே?'

'வரும் வரும். காப்பி கீப்பி சாப்பிடப் போயிருக்கும்!'

அப்போது போலீஸ் ஜீப் ஒன்று சக் என்று வந்து நின்று சீறியது. இன்ஸ்பெக்டர் நவநீத்குமார் துள்ளி இறங்கி உள்ளே வந்து 'எங்கே?' என்றார்.

'இங்கதான் நின்னுட்டிருந்தது. திடீர்னு காணோம்!'

'காணோமா? போன் பண்றதை கேட்டுதா அது?'

'இல்லைங்க. அந்தப் பக்கம் திரும்பிக்கிட்டு மெல்லத்தாங்க பேசினேன்!'

நவநீத்குமார் தீர்மானமின்றி கான்ஸ்டபிள்களை பக்கத்துக் கடைகளுக்கு அனுப்பி ஏதாவது பெண் தனியாக நின்றால் உடனே தகவல் சொல்லும்படி அனுப்பினார். சிலரை சந்து முனைக்கு அனுப்பினார். கடிகாரத்தைப் பார்த்து, 'எத்தனை நேரமாகிறது அவ இங்கிருந்து போய்?' என்றார்.

'ஒரு அஞ்சு நிமிஷம்தான் இருக்கும்?'

'அந்தப் பொண்ணு மூஞ்சி ஞாபகம் இருக்குமா?'

'இருக்குங்க!'

'என்ன வயசு?'

'சின்ன வயசுதாங்க!'

'பார்த்தா படிச்ச பொண்ணு மாதிரி தோணிச்சா?'

'ம்ம்... அப்படி இல்லை... ஒரு மாதிரி தோணிச்சு.'

நவநீத்குமார் திருட்டுப்போன நகைக் கடையின் சிப்பந்திகளின் போட்டோக்களை சேட்டிடம் காட்டவேண்டும் என்று தீர்மானித்தார்.

'விட்டுட்டீங்களே சேட்!'

'இல்லிங்க. இப்ப வந்துரும். வரேன்னுதான் சொல்லிச்சு. காப்பி கீப்பி சாப்பிடப் போயிருக்கும்.'

'இனிமே அது வராது!'

'நகை நம்மகிட்ட இருக்கு. வராமப் போயிடுமா?'

அவர் சிரித்து, 'அவகிட்ட இருக்கிற நகைகளுக்கு இந்த நகையை சாக்கடைல கூடப் போடலாம்! எங்கே, கொண்டுவாங்க அந்த நகையை!'

நவநீத்குமார் சங்கிலியைப் பார்த்துக்கொண்டே டெலிபோன் செய்தார்.

'நெடுங்காடி சந்திரப்பா இதாரா! கேஷியர்!'

கொஞ்ச நேரம்.

'சந்திரப்பா, உடனே வாங்க! ஒரு நகை கிடைச்சிருக்கு. அது உங்க கடை நகைதானான்னு சொல்லணும். சிக்பேட்டையில் ராம்லால் சேட் கடை. உடுப்பிக்குப் பக்கத்தில். வர்றீங்களா? என்னது? ஒரு நகைதான் கிடைச்சிருக்கா?'

'சீட்டு தொங்குது. அதில என்னவோ குஜராத்தி மாதிரி எழுதியிருக்கு... உங்க நகைதானா? எதுக்கும் உடனே வந்து பாத்துருங்க!'

அறையில் குமாரி ஏறக்குறைய அழுது கொண்டிருந்தாள். ஆறுமுகம் தலையைப் பிடித்துக்கொண்டு கட்டிலில் உட்கார்ந்திருந்தான்.

'நான் என்னய்யா செய்வேன்? அடுத்த வேளை சோத்துக்குக் காசில்லை. கட்டிலுக்கு அடில லட்சக்கணக்கா நகை. ஓட்டல் முதலாளியானா பிக்கறான் கிடந்து, வாடகையைக் கொண்டானு!' குமாரி சர்சர் என்று மூக்கைச் சிந்தினாள்.

'ஒருநாள் தாக்குப்பிடிக்க முடியலியா உன்னால? நான்தான் வந்துருவேன். மூணுநாள்தான் ஜெயில்னு சொன்னனில்லை?'

'நீ எங்க அப்படிச் சொன்னே?'

'நான் என்ன சொன்னேன்?' என்று அதட்டினான்.

'நான் வர்ற வரைக்கும் ஒண்ணும் செய்யாதேன்னு?' என்றாள் ஈனஸ்வரத்தில்.

'என்ன செஞ்சே நீ?'

'மன்னிச்சுருய்யா! தப்புய்யா! நான்தான் அப்பவே கேட்டுக்கிட்டனில்ல. 'என்னை இதுல சேத்துக்காதே, எனக்கு ஒண்ணும் தெரியாது'ன்னு.'

'எல்லாம் கெட்டுப் போச்சு! போலீஸ் நம்மை இப்ப துரத்தித் துரத்தி அடிப்பாங்க! அரை மணில இந்த இடத்தை விட்டுக் காலி பண்ணியாகணும்!'

'எங்க போகணும்?'

'ஊரைவிட்டு விடணும். ஓடிக்கிட்டே இருக்கணும். ஒருநாள், ஒருநாள் தாக்குப்பிடிக்க முடியலியா?'

‘பணத்துக்கு நான் எங்கே போவேன்?’

‘ஏன், உன் பழைய தொழிலுக்குப் போறது?’

‘அதை விட்டுறலாம்னுட்டு ஆசையா இருந்தேன்யா.’ அவள் கண்களில் கண்ணீர் புறப்பட்டது. ‘எனக்கு ஒரு விடிவுகாலம் வந்திருச்சு, இனிமே அந்தச் சங்கதி வேண்டாம்... பேசாம வீட்டுக்குப் போயிறலாம். கோலார் போயி என் தங்கச்சிக்கு ஏதாவது வாங்கித் தரலாம். கிடைக்கிற பணத்தை வெச்சுக்கிட்டு உன்மாதிரி எவனாவது ஒருத்தனை கல்யாணம் கட்டிக்கிட்டு பிள்ளை பெத்துக்கிட்டு...’

‘அப்புறம் பெறலாம். உடனே கிளம்பு! எங்கே நகைகள்?’

‘தலவாணிக்கடியில! சுமை, வெறும் சுமை, தங்கம் இருந்து என்ன, வைரம் இருந்து என்ன? நிம்மதி இல்லியே.’

ஆறுமுகம் அந்த அழுக்குப் பைக்குள் கைவிட்டு கொத்தாக நகைகளை அள்ளி அவற்றைச் சிரிப்புடன் பார்த்தான்.

‘குமாரி! என் வாழ்நாளிலேயே பெரிய காரியம் இது, கண்டு பிடிக்கவே முடியாதுன்னு கோட்டை கட்டிக்கிட்டிருந்தேன். தாளி கெடுத்துட்டியேடி.’

ஆறுமுகம் அந்த நகைகளை மறுபடி பைக்குள் போட்டு அதன் தலையை மடித்தான்.

‘ஓட்டலுக்கு எத்தினி பாக்கி?’

‘முப்பதோ என்னவோ? கீள கேட்கலாம்!’

‘என்கிட்ட பணம் இருக்குது. வா போகலாம்.’

‘ஏதுய்யா பணம்?’

‘சின்னதா பாக்கெட் அடிச்சேன். வந்து தொலை, உருப்படாத ஜன்மம்.’

‘திட்டாதய்யா.’

‘நீ செஞ்ச காரியத்துக்கு மாலை போட்டு மரியாதை பண்ணு வாங்க. வாடி!’

‘சுனில் அந்தக் கதவைத் தட்டினான். பையன் ஜன்னல் வழியாக எட்டிப் பார்த்தான். ‘நான்தாண்டா, திற!’

‘அட இந்தாளா!’ என்று யோசித்தான் பையன். சுனில் உள்ளே வந்து அங்கே வீற்றிருந்தவர்களிடம் ‘ஹாய்’ என்று சொல்லி விட்டு ‘போடுறா அஞ்சு ரூபாய்க்கு’ என்றான். பையன், ‘சரிதாங்க’ என்று உயர எம்பி பீங்கான் ஜாடியிலிருந்து செமி திரவப் பாகை எடுத்து அதை ஒரு குச்சியில் தொட்டுக்கொண்டு காய்ந்த இலைகளில் உருட்டி உருட்டி சூடு பண்ணும்போது, மனத்தில், ‘இந்தாளுதானே அன்னிக்கு காயிதத்தில ஏதோ எழுதிக் கொடுத்து அவசரத்துக்கு மத்யானத்தில் கடையைத் தொறந்தோம். அப்புறம் இந்தாளைப் பத்திதானே உசரமா போலீஸ் வந்து விசாரிச்சது...’

‘ஏய் சீக்கிரம்...’

‘அய்யா, ஒரு நிமிஷங்க.’

‘இதப் பாரு! அடுத்த முறை அந்த ஆள் வர்றப்ப நீ என்ன செய்யறே, அதப் பாரு சந்துமுனை, அங்க ஒரு சைக்கிள் கடை இருக்குதில்லை... அதில் ஒரு கான்ஸ்டபிள் நின்னுக்கிட்டு இருப்பாரு சாதாரண டிரஸ்ஸில. அவர்கிட்ட உடனே தகவல் சொல்லணும். என்ன சொல்றியா? சொன்னே, உனக்கு பத்து ரூபா கிடைக்கும்.’

பத்து ரூபா!

அவனுக்குப் பெரிய தொகை!

சட்டியின் துவாரத்தில் மால் வைத்துக் காய்ச்சிக் கொடுக்க சுனில் படுத்துக்கொண்டு அனலில் காட்டி அதை உஷ் என்று இழுத்தான்...

அவன் மார்பில் அந்தக் காட்டம் பரவ, அவன் அங்கங்களின் துடிப்பெல்லாம் அடங்க, தங்க நிறத் துல்லியம் பொங்கிப் பொங்கி நீங்கியது.

சுனில் சாய்ந்து சரிந்தான்.

> Cellophane flowers of yellow and green towering over your head.

Look for the girl with the sun in her eyes and she's gone...
Lucy in the sky with diamonds.

வான ராத்திரியில் ரத்தின ஒத்தடங்கள். வா...வா என்று அழைக்கும் குரல்.

இந்து, அவள் விதி! அவள் விதியை நடத்தும் கருவி நான். அவள் இந்த வயதில் இறக்கவேண்டும் என்றிருந்தால் யாராலும் அதை மாற்ற முடியாது. பகவான் கீதையில் என்ன சொல்லியிருக்கிறார்?

'ஆகையால் நீ செய்து தீரவேண்டிய கர்மத்தை எப்போதும் பற்றில்லாமல் செய்யக் கடவாய். பற்றின்றி கர்மங்களைச் செய்கிறவன் பரமாத்மாவை அடைகிறான்.'

ஆம், நான் கர்மத்தைச் செய்யப் போகிறேன். பரமாத்மாவை அடையப்போகிறேன். அந்தப் பெண் இறந்தாக வேண்டும்.

அந்தச் சிறுவன் வெளியே வந்தான். குடுகுடு என்று சந்து முனைக்கு ஓடி சைக்கிள் கடையில், 'பாய், இங்க ஒரு போலீஸ் காரர் இருக்காராமே?'

'ஏண்டா?'

'அவர்கிட்ட ஒரு விசயம் சொல்லணும்.'

'காப்பி சாப்பிடப் போயிருக்காரு. வந்துருவாரு. என்ன விசயம்? சொல்லிட்டுப் போ.'

'அவர் கிட்டக்கத்தான் பேசணும்.'

'அட, ரகசியம் வேறியா? உன் வால் டீப்பைக் களட்டிருவேன். சொல்லுடா!'

'நான் திரிப்பியும் வரேன் பாய்.'

பையன் மறுபடி ஓடிவந்தான். சற்று நேரத்துக்கு ஒரு முறை அவன் சேவை தேவைப்படும். அந்த அறையில் டீ கலக்கிக் கொடுக்கவேண்டும். சிகரெட் வாங்கிவரவேண்டும். சாக்லேட் தரவேண்டும். அடுப்பை ஊதவேண்டும்.

சுனில் ஒரே திசையில் பார்த்துக்கொண்டு மடங்கின முழங்கால் மேல் கை நீட்டியிருந்தான். மனத்தில் ஸ்திரமில்லாத காற்றுகள்

பறந்தன. மனத்தில் ஸ்திரக் குரல் அவனை அழைத்தது. 'வா சுனில், வந்து உன் கடமையைச் செய்.'

இது நேரம் இருட்டியிருக்கும். அந்தப் பெண் இந்து தூங்கி யிருப்பாள். தூங்கியிருப்பவளைத் தீர்ப்பது சுலபம். தீர்த்து விட்டு? ராத்திரிவரை காத்திருந்துவிட்டு அப்புறம் ஒவ்வொன் றாக, விரல் விரலாக பார்சல் அனுப்பலாம்... ஆம் அதுதான் செய்யவேண்டும்.

சுனில் செலுத்தப்பட்ட பொம்மைபோல் எழுந்தான். நோட்டை எறிந்துவிட்டு வெளியே வந்தான். விளக்குகள் அனைத்தும் அவன் கண்ணுக்கு ஜெகஜோதியாக இருந்தன. முழங்காலுக்குக் கீழ் பஞ்சு மேகங்கள் உலவின. மெல்லத் தன் காரை நோக்கி நடந்தான். அந்தச் சிறுவன் அவன்பின் நடந்து சைக்கிள் கடைக்கு மறுபடி வந்தான்.

'ஏய் சோக்ரா, இவருதான் கான்ஸ்டபிள்! ஏதோ சொல்லணுமின்னியே.'

'அண்ணே, அதோ போறார் பாருங்க உயரமா, வெடவெடன்னு, அவர்தான்.'

'அவர்தான்னா... யாருடா?'

'அன்னிக்கு நீங்கள்ளாம் வந்து இந்த ஆளு வந்தா தகவல் சொல்லும்படியாக் கேக்கலை?'

'அடப்பாவி, கமிஷனர் கேட்ட ஆசாமி.'

'அவர்தான்.'

கான்ஸ்டபிள் உடனே அவனை நோக்கி ஓடினார்.

சுனில் அதற்குள் தன் காரை ஸ்டார்ட் செய்து உடனே வேகம் பிடித்துச் சென்றுவிட்டான்.

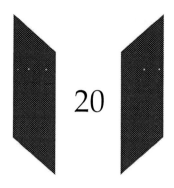

20

கான்ஸ்டபிள் அந்தப் பையனுடன் ஓடி வந்தார்.
சுனிலின் கார் கிளம்பிச் செல்வதைப் பார்த்துவிட்டார்.
அது ஒரு பச்சை ஃபியட். அதன் எண் MEQ 4481 என்று
தெரிந்துகொண்டார்.

சுனில் பெரிய காரை எடுத்து வரவில்லை. சின்ன காரின்
எண்களை மாற்றுவதற்கோ, நீக்குவதற்கோ அவனுக்கு
நேரமும் சிரத்தையும் இருந்திருக்கவில்லை. நம்மை
யார் கண்டுபிடிக்கப் போகிறார்கள் என்ற மிதப்பும்
காரணம்.

கார் மினர்வா சர்க்களின் சிவப்பில் நின்றது. அதே
சமயம் போலீஸ் கண்ட்ரோல் ரூமுக்கு செய்தி பறந்தது:
'ஃபியட் கார், பச்சை நிறம், MEQ 4481. கடைசியில்
பார்த்தது ஜேவி ரோடில். நகரத்தை நோக்கிச்
சென்றுகொண்டிருக்கிறது. பரமானந்த் பெண்ணின்
கடத்தலில் சம்பந்தப்பட்டவன் இதில் இருக்கிறான்
என்று நம்பப்படுகிறது...'

செய்தி போலீஸ் ஒயர்லஸ் மூலம் நகரம் முழுவதும்
மின்காந்த அலைகளாகப் பரவியது.

பிரபாகர் ராவ், ஆபீஸ் காரில் கமிஷனர் அலுவலகத்
திலிருந்து புறப்பட்டுக்கொண்டிருந்தார். அப்போது
அந்தச் செய்தி காரினுள் இருந்த டிரான்ஸ் ரிஸீவரில்
ஒலித்தது.

பிரபாகர் ராவ் உடனே, 'கண்ட்ரோல் லாவெஸ்ட் ப்ரொஸீடிங் டு ஜேவி ரோட், ஐம் டேக்கிங் ஓவர்' என்றார்.

'ரோஜர் சார்..'

'உடனே ஜேவி ரோடு போப்பா! க்விக்! பாஸ்ட்!'

கார் துப்பாக்கியிலிருந்து புறப்பட்ட தோட்டா போல விரைய பிரபாகர் ராவின் துடிப்பு அதிகரித்தது! இந்த முறை அவனைத் தப்ப விடமாட்டேன். விடப்போவதில்லை. அன்புள்ள எஸ்! இதோ வருகிறேன். 'சைரன் போடுய்யா!'

காரின் தலைமேல் சிவப்பு பளிச் பளிச்சிட, அதன் சைரன்மூலம் அக்கம்பக்கத்துப் போக்குவரத்தை ஸ்தம்பிக்க வைத்தது. சக ப்ரேக்குகள் கிறீச்சின. ஜேஸி ரோடிலிருந்து இந்தப் பக்கம் வந்து கொண்டிருக்கிறான். லெட் மி ஸி! கலாசிப்பாளையம், மினர்வா சர்க்கிள்... நேராக வந்தால் டவுன் ஹால் எதிரில் டிராபிக் விளக்கு. அங்கே அவன் பிரியலாம். இடது பக்கம் திரும்பலாம், அல்லது நேராக வரலாம். கடவுளே! அவன் நேராக வர வேண்டும். டவுன் ஹாலிலிருந்து யூனிட்டி பில்டிங்குக்குள் அவனைப் பார்த்துவிடவேண்டும். அதற்குமேல் முன்னேறி விட்டால் அவன் பிரிய ஏகப்பட்ட பாதைகள் இருக்கின்றன. மைசூர் பாங்க் பக்கம் அல்லது நேராக நிருபதுங்கா ரோடு அல்லது கபன் பார்க் அல்லது ரிச்மண்ட் சர்க்கிள் பக்கம்... பத்து விதத்தில் பிரிந்துவிடலாம்.

எதிரே விஷ்விஷ்ஷிக்கொண்டிருந்த ஒவ்வொரு காரையும் பிரபாகர் ராவின் தேர்ந்த கண்கள் கூர்ந்து நோக்கின. பியட்! எங்கே அந்த பியட்? பச்சை நிறம். இருட்டிவிட்டது. கரும் பச்சையைத் தேட வேண்டும்! MEQ 4481.

சுனில் தன் சர்வ அவஸ்தைகளும் சமீபத்திய இழுப்பில் சமாதானமாகி துல்லிய சிந்தனையுடன் காரைச் செலுத்தினான். இன்று ஒன்றில்லை ஒன்று நடந்தே தீரவேண்டும். இனிமேல் அந்தப் பெண்ணை வைத்துக்கொண்டு சமாளிப்பது கஷ்டம். சாப்பிட மாட்டேன் என்கிறது. இரண்டுங்கெட்டான். அதை வெளியே விடுவித்துவிட்டால் எனக்கு ஆபத்து. என்னை அடையாளம் கண்டுகொண்டுவிடுவதற்கு சாத்தியங்கள் இருக்கின்றன. விட்டுவிடலாம். அவள் தாய் மட்டும் தனியாக வருவதாக இருந்தால்... அதற்கான ஏற்பாடு செய்ய இயல

வில்லையே… இப்போது என்ன செய்வது? சுனிலின் மனத்தில் அவன் சற்று நேரத்தில் செய்யப்போகிற செயல் ஒரு குழப்பமான ரத்த வர்ணச் சித்திரமாகப் பளிச்சிட்டது. சுலபம் அவளைக் கொல்வது. சின்ன உடல். ஒரு மணி நேரத்துக்குள் புதைத்து விடலாம், அதன்பின் தாயை கவனிக்கலாம்…

டவுன் ஹால் எதிரிலிருந்து சாலை விளக்கு சட்டென்று பச்சை அம்பு காட்ட, சுனில் நேராகச் சென்றான்.

பிரபாகர் ராவ் அந்தப் பெரிய வட்டத்தைச் சுற்றும்போது மண்டை விளக்கை அணைத்துவிடச் சொன்னார். சைரன் வேண்டாம் என்று சொல்லிவிட்டார்.

எதிரே ஆட்டோக்கள், கார்கள், லாரிகள், ஐந்து சைக்கிள்கள், அம்பாஸடர், ஃபியட் கார்… ம்ஹூம், ஹெரால்டு, டெம்போ லாரி, பி.டி.எஸ் பஸ், ஃபியட் சீறிச் செல்ல நிறம் பச்சை, நம்பர் ஆ…அதுதான்.

‘உடனே யுடர்ன் அடிப்பா! சைரன் போடாதே! ஆசாமி ஆப்டுட் டான். அதோ பார், பி.டி.எஸ்க்கு பின்னால் போற ஃபியட்.’

கார் திடீர் என்று திரும்பி மற்ற வாகனங்கள் குழம்பிப்போய் திட்ட டிரைவரின் திறமையில் ஒரு மோதலைத் தவிர்த்து, சீறி சுனிலின் ஃபியட்டின் பின்புறத்தில் செருகிக்கொண்டுவிட்டது.

‘ப்யூட்டிஃபுல்!’ என்று பிரபாகர் ராவ் டிரைவரின் தோளில் தட்டினார்.

‘ஓவர்டேக் பண்ணி மடக்கிறலாமா சார்.’

‘வேண்டாம். அவன் பின்னாடியே போ! எங்க போறான்னு பார்க்கலாம். கண்ட்ரோல் லாவெஸ்ட்! ஐ காட் ஹிம்’ என்று உற்சாகமாகச் சொல்லி பக்கபலத்துக்கு போலீஸ் படையை அனுப்புமாறு பணித்தார்.

‘இந்த முறை அவனை விடமாட்டேன்! நல்லா மாட்டிக் கிட்டான்!’ என்றார்.

சுனில் தன் பின் நடப்பது அறியாமல் நிதானமாகச் சீட்டியடித்துக் கொண்டு காரைச் செலுத்தினான். ‘மிகச் சுலபம். ஒரே ஒரு வெட்டு போதும்! சப்தம் வராது. வரக் கூடாது! கத்தியை மறைத்து

வைத்துக்கொண்டு திடீர் என்று பாய்ந்து விடலாம். அப்புறம் அவள் தாய்க்கு ஒரே ஒரு விரலை மட்டும் அனுப்பலாம். மேலே சேதமடைவதற்குமுன் நீ தனியாக என்னை... எங்கு வந்து சந்திக்கவேண்டும்... யோசிக்கலாம்...முதலில் வெட்டு...

சுனிலுக்குத் தான் செய்யப்போகும் காரியத்தில் பதற்றம் ஏதும் ஏற்படவில்லை. பூரணமாகச் செலுத்தப்பட்ட நிலையில் இருந்தான். நான் இல்லை, அந்தக் குரல். மலைமேலிருந்து அந்தக் குரல். அவர் குரல். அதுதான் செய்யச் சொல்கிறது. நான் இல்லை. நானும் இந்தக் கத்தியும் சமம். இந்தக் கத்தி எத்தனை குற்றவாளியோ அத்தனைதான் நான்.

சுனில் அந்த வீட்டை அடைந்து காரின் விளக்குகளை அணைத்து விட்டு தன் பாண்ட் பைக்குள்ளிருந்து சாவி எடுத்து வாயில்பூட்டைத் திறந்து...

'கிட்ட போகலாமா சார்?'

'இங்கே நிறுத்திடுங்க. நான் நடந்துபோறேன். வேன் வந்தா சப்தமில்லாம வந்து சூழ்ந்துக்கச் சொல்லுங்க.'

உள்ளே தாளிட்டுக் கொண்டு விளக்கைப் போட்டான். 'இந்து, இந்து' என்றான்.

பிரபாகர் ராவ் சப்தமின்றி அந்த வீட்டை அணுகினார். அத்தனை ஜன்னல்களும் சாத்தியிருந்தன. திரைகள் மறைந்திருந்தன. உள்ளே மிகப் பெரிய வெளிச்ச மஞ்சள் தெரிந்தது. பிரபாகர் ராவ் தன் ஷூக்களை அவிழ்த்துவிட்டு ஜன்னலின் விளிம்பில் தாவி ஏறி, தன் நெற்றி நீட்டத்தில் இரண்டு கைகளையும் பதித்து, அதன் மேல் லாகவமாக ஏறி, வெண்டிலேட்டர் மூலம் எட்டிப் பார்த்தார்.

'இந்து, இந்து! எங்கே இருக்கே! வெளிய வந்துரு. உங்க அம்மாவைக் கூட்டிண்டு வந்திருக்கேன் பாரு!' எங்கே அடுத்த அறையிலும் அவளைக் காணவில்லை.

பிரபாகர் ராவ், சுனில் தன் முதுகுப்புறத்தில் மறைத்து வைத் திருந்த கத்தியைப் பார்த்தார். திடுக்கிட்டார். 'ஓ மை காட்! கொல்லப் போகிறான்' பிரபாகர் ராவின் கை இயல்பாகத் தன்னுடைய துப்பாக்கிக்குச் சென்றது.

ம்ஹூம். சுட முடியாது. கண்ணாடித் தடுப்பு. பிரபாகர் ராவ் திரும்பிப் பார்த்தார். மௌனமாக நாலைந்து போலீஸ்காரர்கள் அந்த வீட்டை அணுகிக் கொண்டிருந்தார்கள். வீட்டை உடைக்க சமயம் இருக்குமா?

சுனில் சற்றும் பதற்றமில்லாது அறை அறையாக, 'இந்து, இந்து' என்று தேடினான். அந்தப் பெண் ஏதோ ஒரு அறையில் ஒளிந்து கொண்டிருக்கிறாள். அல்லது ஏதோ ஒரு மூலையில் தூங்கு கிறாள். அல்லது தூங்குவதுபோல பாசாங்கு செய்கிறாள். அல்லது பயத்தில் உறைந்து பல்லிபோல் ஏதோ ஒரு ஓரத்தில் ஒட்டிக் கொண்டிருக்கிறாள்.

'இந்து! இந்து! உங்கம்மா வந்திருக்காங்க பாரு!'

பிரபாகர் ராவ் அங்கிருந்து 'சரக்' என்று மெலிதான சப்தத்துடன் குதித்தார்.

'அது என்ன சப்தம்?' சுனிலின் தீட்டப்பட்ட காதுகளுக்கு அது கேட்டுவிட்டது! யாராவது வெளியில் இருக்கிறார்களா? வெளியே போய்ப் பார்த்துவிட்டு வரலாமா அல்லது... பிரபாகர் ராவ் மெல்ல நடந்து அருகே வரும் போலீஸ் படையை சந்தித்து மெலிதான குரலில், 'கதவை உடைக்கணும்போல் தெரியுது. ஆனா ரொம்ப ஜாக்கிரதையா இருக்கணும். ஆயுதம் வைத் திருக்கிறான். குழந்தை ஆபத்தில் இருக்கிறது.'

ஜன்னல் வழியாகப் பார்க்கலாம். இங்கு இந்த வேளையில் யார் வரப்போகிறார்கள். எதற்கும் பார்த்துவிடலாம்.

'மூணுபேர் வாங்க. ரெண்டு பேர் கொல்லைப் பக்கம் கவர் பண்ணுங்க.'

சுனில் திரைகளை விலக்கிப் பார்த்தான். திடுக்கிட்டான். ஏழெட்டு பேர் நின்று பேசிக்கொண்டிருந்தார்கள். மங்கலான வெளிச்சத்தில் அவர்கள் தெரிகிறார்கள். போலீஸ்காரர்கள். சுனில் சரேல் என்று உள்ளே திரும்பினான். எங்கே அந்தப் பெண்? எப்படித் தெரிந்தது? இப்போது என்ன செய்வது? அந்தப் பெண். முதலில் அந்தப் பெண். அவள்தான் விடுதலைக்கு டிக்கெட், சுனில் தன் மனத்துக்குள் இந்தக் கணத்தை ஒருவிதத்தில் எதிர்பார்த்து அதற்குத் தயாராகக்கூட இருந்தான்.

பிரபாகர் ராவ் தன் துப்பாக்கியை எடுத்துக்கொண்டார். அந்தக் கதவை அணுகினார்.

'உடை கதவை!' என்றார். மூன்று பேரும் ஒன்று சேர்ந்து ஒரே மோதலில் மோத, கதவு வெடித்துத் திறந்தது.

ஆறுமுகம் ஸ்டேஷன் கடிகாரத்தில் மணி பார்த்தான். ஏழு நாற்பது. சென்னைக்கு மெயில் புறப்பட இன்னும் இரண்டு மணி நேரம். இரண்டே மணி நேரம்! இருவரும் மெல்ல நடந்தார்கள். கண்ணாடிப் பெட்டிக்குள் பைபிள் திறந்து வைத்திருந்தது. 'எவனும் துரத்தாமலே அக்கிரமி ஓடுகின்றான். நீதிமானோ திடமுள்ள சிங்கம்போல் அச்சமின்றி இருப்பான்' என்றது.

'பசிக்குதுய்யா!' என்றாள் குமாரி.

ஆறுமுகம் கவனிக்கவில்லை.

'லட்சக்கணக்கா உனக்காகத் திருடிக் கொடுத்திருக்கேன். ஒரு பளம் வாங்கிக் குடுக்க மாட்டியா... சீப்பு சீப்பாத் தொங்குதே...' என்றாள்.

'இங்கயே இரு. வாங்கிவரேன்' என்று அலுத்துக்கொண்டான். 'இந்தா பையை ஜாக்கிரதையா வெச்சுரு, இந்த இடத்தை விட்டு நகராதே.'

'டிக்கெட் எடுத்துட்டியா?'

'அதெல்லாம் நான் பார்த்துக்கறேன்? இங்கேயே இரு. வர்றேன்.' குமாரி அங்கே வரிசையாக நின்றுகொண்டிருந்த ஏராள ஜனங்களையும், ஜன்னலில் போர்டு போட்டுத் தொங்கிய பச்சை சிவப்பு வட்டங்களையும், எப்போதும் அங்கும் இங்கும் நகர்ந்து கொண்டிருக்கும் பிரயாணிகளின் சலனத்தையும், பிக்பாக்கெட்டு களின் போட்டோக்களையும், கழுத்துச் சங்கிலியைப் பிடித்துக் கொண்டு பெட்டிமேல் உட்கார்ந்திருக்கும் அந்த இளம் பெண்ணையும் பார்த்துக் கொண்டிருந்தாள்.

'அக்கா! இங்கிருக்கியா!'

குரல் பரிச்சயமானதாக இருந்தது. சடக்கென்று திரும்பினாள்.

சவிதா லாட்ஜ் பையன்.

'உன்னை எங்கெல்லாம் தேடறது! அண்ணே! மேனேஜர் அண்ணே! இங்க இருங்காங்க பாருங்க!' என்று உரக்கக் கூவினான் பையன்.

தூரத்தில் அந்த மேனேஜர் வருவது தெரிந்தது, 'அய்யய்யோ! அவன் வந்துட்டானா?'

கட்டுமஸ்தான உடலும், திருகி விடப்பட்ட மீசையும், கலைந்த தலையும், ஜிப்பாவுக்குள் தெரியும் பனியனுமாக அவன் அவளை நோக்கி விரைவாக நடந்துவருவது தெரிந்த குமாரி எழுந்தாள். எங்கே செல்வது! ஆறுமுகம் இன்னும் வரவில்லையே?

'என்னம்மா, எங்க பிரயாணம்?'

'ஒண்ணுமில்லிங்க, தெரிஞ்சவரைப் பார்க்க வந்தேன்.'

'என்ன லாட்ஜு பக்கம் கொஞ்ச நாளாக் காணோம்.'

'உடம்பு சரியில்லிங்க...'

'எந்த ஊருக்குப் போற?'

'எங்கியும் இல்லிங்க.'

'அப்பா வா! போயிறலாம் திரும்பி!'

'எங்க?'

'லாட்ஜுக்குத்தான்... வேலை இருக்குதில்லே... உடம்பு சரியா யிடுச்சில்ல!'

'நான் இனிமே அங்க வரலைங்க!'

'என்னது? வரலியா! என்ன விளையாட்டு! வாடி தப்பிச்சு ஓடிறலாம்னு பாக்கறியா?'

'இல்லீங்க.'

'முதலாளி உனக்காக ஏஜெண்டுக்கு எத்தனை பணம் கொடுத் திருக்கார் தெரியுமா?'

'தெரியாதுங்க.'

'இப்ப வரப்போறியா இல்லையா? முதலாளி சரியாத்தான் சொன்னாரு. 'களுதை ஊரைவிட்டு ஓடப்பாக்கும். முதல்ல ரயில்

டேஷன்ல போய்ப் பாருடா'ன்னாரு! ஒரு வாரமா டேஷனுக்கு வந்துக்கிட்டிருக்கேன்! மரியாதையா வந்துரு! அப்புறம் பொல்லாப்பாய்டும். பப்ளிக் அசிங்கம் ஏதும் வேண்டாம்' என்று அவள் கையைப் பற்றி இழுத்தான்.

'என்ன பிரதர், தனியா இருக்கிற பொம்பளைகிட்ட வம்பு பண்றே?' என்று ஆறுமுகம் அவன் தோளில் தட்டினான்.

21

ஆறுமுகத்தை அவன் பார்த்து 'உனக்கென்னய்யா? நீ யாரு இதில்?' என்றான்.

'அதெல்லாம் அப்புறம் பேசலாம். முதல்ல அவளை விட்டுரு. நாங்க அவசரமா ரெயிலுக்குப் போறம்.'

'அதெப்படிப் போக முடியும்? இந்தப் பொண்ணு யாரு தெரியுமில்ல! ஏண்டி, சொல்லாம கொள்ளாம ஓடிருவியா? நீ யாரு... இவருக்குச் சொல்லு.'

மெல்ல மெல்லக் கூட்டம் சேர ஆரம்பித்தது. இரண்டு ஆண்கள் ஒரு பெண்ணைப் பற்றி ரயில் நிலையத்தில் சண்டை போடுகிறாற்போல் தெரிகிறது. உலகத்தில் மிக சுவாரஸ்யமான விஷயம். கூட்டம் அதிகரிக்க பற்பல கேள்விகள் பதிலற்று மிதந்தன.

'என்ன குரு?'

'ஏனப்பா ஜகளா?'

'விஷயம் ஒண்ணுமில்ல வாத்யாரே. இவன் புருசன் காரன். அவன் லவர். ராவோட ராவா ஓடப்பாத் திருக்கா. புருசன் கண்டுபிடிச்சு டேசன்ல லபக்குனு புடிச்சுருக்கான்? கேக்கறான்?'

'குட்டி ஷோக்காத்தான்யா கிரா!'

ஆறுமுகத்துக்கு அவர்கள் மூவரையும் மெல்ல வியூகம்போல் சூழ்ந்த கூட்டம் கவலை தந்தது. சற்று நேரத்தில் போலீஸ் வரும். 'யோவ் அந்தப் பைல என்னய்யா?' என்று விசாரிக்கும். சீக்கிரம் இந்த விவகாரத்துக்கு முடிவு கட்டவேண்டும். அந்த மேனே ஜரைப் பார்த்து, 'இப்ப என்ன பண்ணணும்கிற?'

'முதலாளி இவளுக்காக ஐந்நூறு ரூபா கொடுத்திருக்கார்.'

'யாருக்கு?'

'ராஜ்மண்ட்ரில ஒரு பார்ட்டிக்கு.'

'அதுக்கு?'

'அப்புறம் ஒரு வருசமா இந்தக் களுதைக்கு சோறு போட்டு, நைலான் சேலை, வளையல் எல்லாம் எடுத்துக் கொடுத்து, வாரம் ஒரு முறை தேச்சுக்க எண்ணெய் கொடுத்து...'

'யோவ் அதுக்குத்தான் ஷிப்ட்டு போட்டுக்கிட்டு உழைச்சேனேய்யா, சூடு பறக்க...'

'ஏம்பா இதில யாரு புருஷன்காரன்?'

'லெஃப்ட்ல இருக்கிறவன்தாம்பா. மத்தவன் முளிக்கிறதைப் பார்த்தாலே தெரியலை லவர்ன்னு.'

ஆறுமுகம் அந்த மேனேஜரை அருகில் சென்று சற்றுக் குரலைத் தாழ்த்தி, 'இதபாரு ஐந்நூறு ரூபாதானே, நான் குடுத்துடறேன்' என்றான். பையைக் கையில் எடுத்துக்கொண்டான்.

'எப்ப?'

ஆறுமுகத்திடம் கேஷாகப் பணம் அதிகமில்லை.

'ஒருநாள்ல இரண்டு நாள்ல.'

'ரயில் ஏறி ஊருக்குப் போறே, ரெண்டு நாள் களிச்சு வந்துருவேங்கறியா? எனக்கு என்ன குடுமியா?'

'ஐந்நூறும் கிடையாது. ஒண்ணும் கிடையாது. தெலுங்குக்காரன் எடுத்துக்கிட்டான்னு என்னய்யா சாட்சி?' என்றாள் குமாரி.

'சாட்சி இருக்குது கண்ணு, அப்படி விட்டுற முடியுமா?'

‘சரியான ரோதனையாப் போச்சு குமாரி உன்கூட.’

‘நான் சொல்றது என்ன? பணத்தை எண்ணி வை. அளைச்சுட்டுப் போ.’

‘பணம் இல்லியேப்பா.’

‘அப்ப எப்ப உன்னால ஐந்நூறு ரூபா கொடுக்க முடியுமோ அப்ப அளைச்சுட்டுப் போ. இருபத்தி நாலு மணி நேரமும் லாட்ஜு திறந்துதான் இருக்கும்.’

‘இது ஏதோ கேஸ் வாத்தியாரே.’

‘நகை இருக்கு வாங்கிக்கறியாய்யா?’ என்றாள் குமாரி.

‘இதப் பாரு குமாரி. அதைப் பத்திப் பேசாதே’ என்று ஆறுமுகம் எச்சரித்தான்.

மேனேஜர், ‘வா போகலாம்’ என்று அவளை இழுத்தார்.

‘அய்யா, என்னை அங்க போகச் சொல்லாதய்யா. எதையாவது குடுத்துத் தீர்த்துருய்யா. உனக்குப் புண்ணியமுண்டு. அவன்கூட திரும்பியும் என்னைப் போகச் சொல்லாதய்யா.’

ஆறுமுகம் அந்த இக்கட்டான நிலையில் தீர்மானித்தான். ‘இதப் பாரு குமாரி, நீ அவன்கூட இப்போதைக்குப் போ. ஒரு அவர்ல பணம் புரட்டிக் கொண்டுவந்துடறேன்.’

குமாரியின் குரல் உயர்ந்தது. ‘வேண்டாம்யா! ஒரு அவர் இங்கேயே இருக்கேன். மேனேஜர் காத்திருப்பாரு.’

‘சொல்றதைக் கேளு. கூட்டம் அதிகமாகிக்கிட்டே இருக்கில்ல.’

‘நீ இப்போ வரப்போறியா, இல்ல போலீஸ்ல புகார் குடுக்கட்டுமா! ஐந்நூறு ரூபாய்யா! சுளையா இந்த பஜாரிக்கு கொடுத்திருக்காரு முதலாளி…’ மேனேஜர் கூட்டத்தில் ஒரு கட்டுமஸ்தான ஆளைத் தேர்ந்தெடுத்து அவனிடத்தில் பேச ஆரம்பித்துவிட்டான்.

‘குமாரி, இந்த சமயத்தில நீ அவன் பின்னாடிப் போறதுதான் நல்லது. என்னை நம்பு…. உன்னை நிச்சயம் வந்து அழைச்சிட்டுப் போயிர்றேன்.’

'வா கண்ணு. சித்தூர் செல்லம்மா.' மேனேஜர் குமாரியைத் தரதரவென்று இழுக்க, அவள் குளிப்பாட்ட இழுத்துச் செல்லும் நாய்க்குட்டி போல தரையைத் தேய்த்துக்கொண்டு 'யோவ்! உனக்கு நான் எவ்வளவு ஒத்தாசை செஞ்சேன்! புத்தியைக் காட்டுறியே! ஒரு ஐந்நூறு ரூபா! ஒரு செயினை விட்டெறிஞ்சாப் போதாது? ஒரு மோதிரம்?'

'அடி வாடின்னா.'

அவளுடைய மெல்லிய உடலமைப்பினால் அந்த முரடனின் இழுப்புக்கு ஈடு கொடுக்க முடியவில்லை.

'யோவ் ஆறுமுகம்! நீ உருப்படுவியாய்யா! உனக்காக நான் நகையெல்லாம் திருடித் தரலை. என்னை கட்டிக்கறேன்னியே! அதெல்லாம் விட்டுருன்னியே! திருப்பி அங்கியே அனுப்பறியே! நீ மனுசனாய்யா! கான்ஸ்டபிள் அய்யா! நீங்களே கேளுங்க, இது நியாயமான்னுட்டு? இவனுக்காக நான் ராவோட ராவா...நகைக் கடையை சாவி போட்டுத் திறந்து ... பொட்டி...பொட்டியா பொட்டி பொட்டியா நகைகளை எடுத்து...'

'அப்படியா, யாரும்மா அது?'

'அதோ நிக்கறான் பாருங்க ஆறுமுகம்!'

ஆறுமுகம் பையைப் பற்றிக்கொண்டு ஓடினான்.

'விடாதே! பிடி...'

சுனில் அடைப்பட்ட மான்போல் பிரபாகர் ராவைப் பார்த்தான்.

'என்னது என்ன! ஏன் இப்படிக் கதவை உடைக்கறீங்க!'

பிரபாகர் ராவ் சட்டென்று அந்த அறையை, அதன் நிலையை, சுனிலை, அவன் கையை, அந்தக் கையில் இருந்த கத்தியை இடது கை அணைத்து நிறுத்தி வைத்துக்கொண்டிருந்த அந்தப் பெண்ணை அவள் கண்ணீரை எல்லாவற்றையும் கிரகித்தார். ஆபத்து!

'கிட்ட வராதீங்க' என்றான் சுனில். அவன் குரலில் பதட்டமோ பயமோ ஏதும் இல்லை. சிணுங்கிக்கொள்ளும் மனைவி கணவனிடம் சொல்லும் 'கிட்ட வராதீங்க.'

‘இருங்கய்யா! கிட்டப் போகாதீங்க.’

சுனிலின் கத்தி அந்தப் பெண்ணின் கழுத்தருகே இருந்தது. அந்தப் பெண் கண்கள் உப்பிப்போய் அடிக்கடி கேவிக்கொண்டு ‘அங்கிள்... போலீஸ் அங்கிள், ப்ளீஸ் மம்மிகிட்ட கூட்டிட்டுப் போங்க ப்ளீஸ்!’ என்றாள்.

‘இந்து! டோன்ட் ஒர்ரி. நான் கூட்டிட்டுப் போகத்தான் வந்திருக்கேன். அசங்காம இரு! என்ன?’

இந்து தலையை ஆட்டினாள்.

அந்தப் பெண் ஓடினால் இந்தச் சந்தர்ப்பத்தில் நிச்சயம் குத்தி விடுவான்.

சுனில் இந்துவை இன்னும் அருகில் அணைத்துக்கொண்டான். மறுபடி ‘கிட்ட வராதீங்க... ஐல் கில் ஹர்!’ என்றான்.

‘இதப் பார், வாட்ஸ் யுர் நேம்?’

‘சுனில்!’ என்றான் அலட்சியமாக.

‘என் பெயர் பிரபாகர் ராவ்!’

‘பிஸ் ஆஃப் மேன்! பிஸ் ஆஃப் ஆல் ஆஃப் யு!’

‘சுனில், லீவ் தட் கர்ல்!’

‘ஐ வோண்ட்!’

‘இதப் பார், நான் பிராமிஸ் பண்றேன். அந்தப் பெண்ணை விட்டுறு. உன்னை நாங்க விட்டுறுவோம். நீ நேரா வீட்டுக்குப் போயிறலாம். அரெஸ்ட் கிடையாது. கேஸ் கிடையாது.’

‘ஐ டோன்ட் கேர்.’

‘சுனில், அவளை விட்டுறு!’

‘யூஸ் யுர் கன்! கமான் ஷூட்! சுடுங்க! ஷூட், யூ பாஸ்டர்ட்ஸ்! கமான்!’

பிரபாகர் ராவ் கையை நீட்டி அவர்களை நிறுத்தினார். ‘சுனில், நீ தப்பிச்சுக்க ஒரு வழியும் கிடையாது. ஒரே ஒரு வழி அவளை விட்டுர்றதுதான்.’

'இவளை வெச்சுக்கிட்டே தப்பிச்சுக்கத்தான் போறேன். ஹஹ்ஹா!' என்று சிரித்தான். கத்தி அவள் கழுத்தை மெல்ல வருடி யது. திகிலில் இந்து வீறிட்டாள். மெலிதாக ரத்தம் கசிந்தது.

'சுனில், டோன்ட்!'

'எல்லாரும் ஒதுங்குங்க! எல்லாரும் ஓரமா ஒதுங்குங்க. வழியை விடுங்க. ஏதாவது ஆச்சுன்னா அந்தப் பெண்ணோட ரத்தத்தைத் தான் பார்ப்பீங்க. ம்...ஒதுங்கு...'

மற்றவர்கள் பிரபாகர் ராவைப் பார்க்க, 'இந்த ஆள் பைத்தியம்... ஏதாவது ஏறுமாறாச் செஞ்சுருவான்! ஒதுங்கிடுங்க!' என்றார்.

சுனில் ஒரு கையில் கத்தியும் ஒரு கையில் இந்துவுமாக சுவரோடு முதுகு பதித்து நகர்ந்து நகர்ந்து வாயில் கதவை நோக்கிச் செல்வதைக் கழுகுக் கண்களுடன் பார்த்தார் பிரபாகர் ராவ். அவனை அந்த இடத்திலேயே சுட்டுவிடத் தோன்றிய ஆசையைக் கட்டுப்படுத்திக்கொண்டார். அந்தப் பெண்ணுக்கு ஆபத்து இருக்கும்வரை அவர் கை செயலற்று நின்றது. 'சுனில், யோசித்துப் பாரு. நீ எங்க போயிற முடியும்? எப்படித் தப்பிக்க முடியும்?'

'எங்கேயோ போறேன். மலைக்குப் போறேன். ஆஸ்திரேலியா போறேன்!'

சுனில் அந்த வாசலுக்கு வந்துவிட்டான். உடைந்திருந்த கதவின் அருகில் சற்று நின்றான். பிரபாகர் ராவ்! இப்ப இவளை அழைச்சிக்கிட்டு போறேன். நீங்க யாராவது பின்தொடர்ந்து வரிங்கன்னு தெரிஞ்சா உடனே இந்தப் பொண்ணு க்ளோஸ். ஒரே குத்து... சரியா பத்து நிமிஷம். நீங்க இந்த இடத்தை விட்டு நகரக் கூடாது!'

'சரி நகரலை! நீ போடா!'

'குட் பை பிரபாகர் ராவ்! ஸாரி ஸாரி! இதெல்லாம் நான் செய்யலை! மலைமேல இருக்கிறவர்தான் செய்யச் சொல்றார்! நகராதிங்க! வரேன்!'

சுனில் வாசலில் நின்றுகொண்டிருந்த தன் காரை நோக்கி இந்துவைத் தரதரவென்று அழுகையுடன் இழுத்து கதவைத் திறந்து அவளைத் திணித்து தானும் திணித்துக்கொண்டு காரைக்

கிளப்புகையில் சரேல் என்று பின் சீட்டில் இருந்து வலுவான இரு கரங்கள் அவனைச் சூழ்ந்து செயலற்று ஆணி அடித்தாற்போல் சீட்டுடன் பதித்தன.

'சார்! ஓடிவாங்க! புடிச்சுட்டேன்!'

ஒரு கணத்தில் போலீசார் அத்தனை பேரும் சூழ்ந்துகொள்ள பிரபாகர் ராவ், 'வெல்டன் நவநீத்!' என்றார்.

ஆறுமுகம் ஸ்தம்பித்த ஜனத்திரளின் ஊடே அந்தப் பையைப் பிடித்துக்கொண்டு ஓடினான். அவன்பின் போலீஸ் விசில் கேட்டது. 'பிடிடா, அவனைப் பிடி' என்று சப்தம் கேட்டது. ஒரு ஆளின் மேல் மோதி வீழ்த்தி, ஒரு கண்ணாடிக் கதவை ஏறக்குறைய உடைத்து வெளியே ஓடினான். வரிசையாக ஆட்டோ ரிக்ஷாக்கள் வந்து வந்து நின்று பிரயாணிகளைக் கொட்டிக்கொண்டிருந்தன. அவற்றில் ஒன்றில் பாய்ந்து ஏறி உட்கார்ந்து, 'போப்பா' என்றான்.

'எங்கே போகணும்?'

'எங்கேயாவது போ! கிளம்பு சொல்றேன்.'

'எங்க போகணும் சரியாச் சொல்லு. வண்டியை எடுத்து ஓனர்கிட்ட விடணும்.'

'பைசா தரேன்யா, போய்யா!'

'மீட்டருக்கு மேல ரெண்டு பங்கு!'

'தரேன். தரேன் கிளம்பு!' கிளம்பியது. அதற்குள் அந்த கான்ஸ்டபிளும் டிராஃபிக் கான்ஸ்டபிளும் சேர்ந்து ஓடி வரும் சப்தம் கேட்டது.

'நிறுத்து, நிறுத்து!'

'சக்'கென்று ஆட்டோ நின்றது.

சிந்திக்கச் சமயமின்றி ஆறுமுகம் எதிர்புறத்தில் பாய்ந்து மறுபடி ஓடத் தொடங்கினான். 'சே, நேராக ஓடியிருக்கவேண்டும். ஏதாவது பஸ்ஸில் ஏறியிருக்கவேண்டும். ஆறுமுகத்துக்கு இரைத்தது. பட்பட் என்று அடித்துக்கொண்ட செருப்பைப்

புறக்கணித்துவிட்டு பெங்களூரையே சுவாசிக்கவேண்டும்போல் இருந்த ஏக்கத்தைப் பொருட்படுத்தாமல் உயிரைப் பிடித்துக் கொண்டு ஓடினான். 'இந்த முறை நான் மாட்டிக்கொள்ளப் போவ தில்லை. தப்பித்தே ஆகவேண்டும். தப்பித்தே, தப்பித்தே...'

ஸ்டேஷன் வாசலில் உற்சாகமாக ஆரஞ்சு வெளிச்சத்தில் நனைந்து ஃபவுண்டன்கள் நீரூற்றிக்கொண்டிருந்தன. அதை ஒரே தாவலாகத் தாவி எதிரே புறப்பட்டுக்கொண்டிருந்த பஸ்ஸைத் தொடர்ந்து ஓடி அதன் இரும்புக் கம்பியை ஏறக்குறையப் பிடித்து ஒரு எவ்வு எவ்வி தொத்திக்கொண்டுவிட்ட சமயத்தில் வியர்வையால் பிடி தளர்ந்து அப்படியே மல்லாந்து விழுந்தான்.

சாலை எங்கும், தங்க, வைர நகைகள் சிதறின.

உப்பாரப்பேட்டை போலீஸ் நிலையத்தில் சர்க்கிள் இன்ஸ் பெக்டர் அறையில் மேஜைக்கு முன் சுனில் உட்கார்ந்திருந்தான். எதிரே பிரபாகர் ராவ் கூர்ந்து நோக்கிக் கொண்டிருந்தார். அவனுடைய உயர்ந்த சட்டையைப் பார்த்தார். டிஜிட்டல் கடிகாரம், கைவிரல் மோதிரம், சுனிலின் முகத்தில் எந்தவிதமான பதற்றமும் இல்லை. 'கன் ஐ ஹாவ் எ சிகரெட்?'

'ஸாரி, ஐ டோன்ட் ஸ்மோக்!'

'யாரையாவது அனுப்பிவச்சு வாங்கிட்டு வரச்சொல்றீங்களா? பணம் தரேன்.'

பிரபாகர் ராவ் புன்னகைத்தார்.

'சொல்லு. ஏன்! ஏன் செய்தாய்?'

'நான் செய்யலை!'

'பின்னர் யார்?'

'செய்யச் சொன்னது!'

'யார்?'

'குரல். மலைமேல் குரல்!'

'கட் தட் நான்சென்ஸ் யு பாஸ்டர்ட்! ஒரு தாயைக் கதி கலங்க அடிச்சுட்டு, ஒரு பொண்ணை கிட்நாப் பண்ணிட்டு...'

'இந்து, இந்து! என்று அடுத்த அறையில் ப்ரேமலதாவின் குரல் கேட்டது.

'மம்மி! மம்மி! வந்துட்டியா!'

'வந்துட்டேண்டி கண்ணு! வந்துட்டேன். என் கண்ணுக்கு என்ன ஆச்சு! என்ன காயம்?'

'மம்மி! அந்த அங்கிள் வந்து...'

'சொல்லாதே இந்து!'

'நான் ஒரு ஃபோன் கால் பண்ணணும்!'

'கோ அஹட்' என்றார் பிரபாகர் ராவ்.

சுனில் டெலிபோன் செய்யும் எண்ணை மனதில் பதித்துக் கொண்டார்.

'மம்மி! சுனில்! நான் வந்து ... இது என்ன இடம்?'

'உப்பார்ப்பேட் போலீஸ் ஸ்டேஷன்.'

'உப்பார்பேட் போலீஸ் ஸ்டேஷன்ல இருக்கேன். டாடி வந்தாச்சா... அவரையும் அழைச்சுட்டு வரியா?'

'ம்? நத்திங் சீரியஸ்?'

22

The police should enforce the law firmly and impartially, without fear or favour, malice or vindictiveness.

The Mysore Police Manual Vol. I, Chapter I.

உப்பார்பேட்டை போலீஸ் நிலைய வாசலில் அந்த கார் மிதந்து வந்து ஏராளமாக நின்றது. சுனிலின் அப்பா, அம்மா, ஒரு வக்கீல் மூவரும் இறங்கி னார்கள். தாய் நேராக ஸ்டேஷனுக்குள் ஓடினாள். 'சுனில், என் செல்லக் கண்ணா' என்று கதறிக் கொண்டே அறைக்குள் நுழைந்து சுனிலைப் பார்த்த தும் கட்டிக்கொண்டாள்.

'ஹாய் மாம்' என்றான் மகன்.

'சுனில் கவலைப்படாதே. நாங்க வந்துட்டம். உனக்கு ஒண்ணும் ஆகாது. இன்ஸ்பெக்டர், என் மகனை எதுக்குக் காரணமில்லாம நிறுத்தி வெச்சிருக்கிங்க. இவங்கப்பா யாரு தெரியுமில்ல உங்களுக்கு?' என்று இரைந்தாள்.

'ப்ளீஸ் சிட் டவுன் மாடம்' என்றார் பிரபாகர் ராவ். அந்தத் தாயை நிதானமாகப் பார்த்தார். அவள் பிரவேசத் தில் அறை முழுவதும் சென்ட் வாசனை அடித்தது. அகலமாக லிப்ஸ்டிக் தீட்டியிருந்தாள். மார்பெல்லாம் தெரியும்படி புடைவை அணிந்திருந்தாள்.

சுனிலின் அப்பா நிதானமாகப் பைப் பற்ற வைத்துக்கொண்டு சுற்றுமுற்றும் மேற்பார்வைக்கு வந்தவர்போல் பார்த்துக் கொண்டு உள்ளே நுழைந்தார்.

'ஹாய் சன்! வாட் ஹாப்பன்ட்? என்ன விஷமம் செய்தாய்.'

'தெரியாது' என்றான் சுனில்.

பிரபாகர் ராவ் சுனிலின் தந்தையைப் பார்த்ததும் திடுக்கிட்டார். உள்துறை மந்திரி. மாநில அரசாங்கத்தில் மிக முக்கியமானவர். முதல்வரின் வலது கை.

'இங்கே ஸ்டேஷன் ஹவுஸ் ஆபீஸர் யாருய்யா?' என்றார் அலட்சியமாக.

'குட் ஈவினிங் சார்' என்றார் பிரபாகர் ராவ்.

'ஓ பிரபாகர். நீ என்னய்யா பண்ணிட்டிருக்கே இங்கே.'

'நான்தான் சார், இந்த கேஸைப் பிடிச்சேன்.'

'பிடிச்சே, ரிலீஸ் பண்ணிடு. அவ்வளவுதான்.'

'உங்க சன்னா சார்.'

'அஃப்கோர்ஸ்! சுனில், கம் வீட்டுக்குப் போகலாம்.'

'ஒன் மினிட் சார். அவன் என்ன செஞ்சான்னு கொஞ்சம் கேக்கறீங்களா?'

'சீக்கிரம் சொல்லு. நியூ யார்க்ல இருந்து ஒரு காலை எதிர் பார்த்துக்கிட்டிக்கேன். பிரபாகர், போன வெள்ளிக்கிழமைதான் உன்னைப் பத்தி ஐஜிகிட்ட பேசிக்கிட்டிருந்தேன். உனக்கு டிஐஜி ப்ரமோஷன் ட்யூ இல்லே.'

'சார், உங்க மகனை நாங்க அரஸ்ட் பண்ணியிருக்கோம்.'

'ஓகே. ஓகே. ரிலீஸ் ஹிம்.'

'அவன் ஒரு பெண்ணைக் கடத்திக்கிட்டுப்போய் தனிவீட்டில வெச்சுட்டு, அவ அம்மாவுக்கு டெலிபோன் செஞ்சு அவளைத் தனியா செக்ஸுவல் நோக்கத்தோட வரச் சொல்லி...'

'நான்சென்ஸ். என் பையன் அப்படி இல்லை. அப்படி எல்லாம் செய்ய மாட்டான். டார்லிங், என்ன இதெல்லாம்?' என்றாள் சுனிலின் தாய்.

'கோவர்தன், பையனைத் தனியா அழைச்சுட்டுப் போய் விசாரிய்யா.'

லாயர் கோவர்தன் ராவ் ஒரு முறை மூக்கைத் தீட்டிக்கொண்டு 'அரஸ்ட் பண்ணிட்டீங்களா?' என்றார் பிரபாகரிடம்.

'ஆமாம்.'

'மாஜிஸ்ரேட் வாரண்ட்டோ தானே?'

'தேவையில்லை. எனக்கு பவர் இருக்கு.'

'எந்த செக்ஷன்லன்னு கொஞ்சம் சொல்ல முடியுமா? 54, 55, 57, 66, 128... இல்லை மைசூர் போலீஸ் ஆக்ட்படி.'

'அதெல்லாம் நாளைக்கு மாஜிஸ்ட்ரேட் முன்னால விசாரிக் கலாம். நான் அரஸ்ட் பண்ணியாச்சு!'

சுனிலின் தந்தை, 'அவர்கூட என்னய்யா பேச்சு? அவர் மிட்நைட் கௌபாய். தடாலடி வேலை எல்லாம் செய்வார்... நீ போய் பையனை விசாரிச்சு உண்மையா என்ன நடந்ததுன்னு கேட்டு வை.'

கோவர்தன், 'நான் பையனோட தனியாப் பேசலாமில்லை?'

'தாராளமா!' என்றார் பிரபாகர். 'அழைச்சுட்டுப் போங்க!' அவர்கள் அடுத்த அறைக்குச் செல்ல, தாய், 'போலீஸ்ல அடிச்சிருக்காங்க! கன்னம் வீங்கியிருக்கு. டார்லிங், போலீஸ் அக்கிரமத்தைப் பார்த்தீங்களா, பீகார்ல கண்ல திராவகத்தை ஊத்திக் குருடாக்கியிருக்காங்க...' என்றாள்.

'கொஞ்ச நேரம் புலம்பாம இரு. பிரபாகர், தனியா வாப்பா. என்ன விஷயம் சொல்லு. இப்பவே செட்டில் பண்ணிடலாம்.'

பிரபாகர் பொறுமையுடன் 'சார் உங்க மகன்கிறதுக்காக நான் என் கடமையை செய்யக்கூடாதுங்கறீங்களா?'

'சேச்சே, அப்படி யார் சொன்னா! பையன் அப்படி என்ன செய்துட்டான், சொல்லு...'

‘முதல்ல ஒரு பெண்ணுக்கு ஆபாசமா டெலிபோன் செஞ்சான். திருமதி பரமானந்த். அடுத்த அறையில் இருக்காங்க...’

‘என் மகன்தான் செய்தான்னு எப்படித் தெரியும்? காலை ட்ரேஸ் பண்ணீங்களா?’

‘ட்ரேஸ் பண்ணலை. ஸர்கம்ஸ்டான்ஷியல்.’

‘செல்லாது.’

‘அப்புறம் அவங்க மகளை ஒரு ஸ்கூல்லேயிருந்து கடத்திட்டுப் போயி ஒரு வீட்ல ரெண்டு நாள் அடைச்சு வெச்சிருக்கான். தாய்க்கு டெலிபோன் செஞ்சு, லெட்டர் எழுதி தனியா வரச் சொல்லியிருக்கான்.’

‘பள்ளிக்கூட வாத்தியார் யாரும் இவனை அடையாளம் காட்டியிருக்காங்களா?’

‘இல்லை, இன்னும் இல்லை.’

‘பின்ன அதுக்குள்ள எப்படி நீங்க அரஸ்ட் செய்ய முடியும்? பிரபாகர், நீ தடாலடி ஆசாமி. ப்ரொஸிஜருக்கு கேர் பண்ண மாட்டேன்னு பல பேர் சொன்னாங்க! நான் நம்பலை... ஆனா இப்ப நம்ப்றேன். என்னய்யா இது. எவிடன்ஸே இல்லாம அரஸ்ட் பண்றதாவது? எதாவது பாலிடிக்ஸா?’

பிரபாகர் தன் கன்னத்தில் பாய்ந்து துடித்த ரத்த கோபத்தைச் சிரமப்பட்டு கட்டுப்படுத்திக்கொண்டு, ‘சார், உங்க மகனை போலீஸ் ஆபீஸர் நாலு பேரோட அந்த வீட்டில கையும் களவுமாப் பிடிச்சிருக்கோம். அந்தப் பொண்ணைக் கொல்ற துக்கு இருந்தான். கையில கத்தி வெச்சுட்டிருந்தான். கத்தி இருக்கு, பாருங்க!’

அப்போது உள்ளே நுழைந்த கோவர்தன் ‘கிச்சன் நைப்’ என்றார்.

‘என்னய்யா வக்கீல்! என்ன சொல்றான்?’

‘அவன் ஒண்ணுமே செய்யலை. வீட்டுக்கு கூட்டிட்டுப் போங்க. கேஸே இல்லை!’

‘பொண்ணை ஏதோ கடத்திட்டுப் போனானாமே!’

‘அந்தப் பொண்ணை இவன்தான் காப்பாத்தியிருக்கான்!’

‘என்னது?’ என்றார் பிரபாகர் அதிர்ந்துபோய்.

அருகில் இருந்த நவநீத்குமார் தாங்க முடியாமல் வெடித்தார். ‘நாங்க நாலு போலீஸ் அதிகாரிங்க கையும் களவுமாப் புடிச்சிருக்கோம். நாங்க முட்டாள்களா?’

‘ச்ச்ச்! பிரபாகர், என்னது இந்த மாதிரி சில்லறை இன்ஸ்பெக்டர் பசங்கள்ளாம் சந்தை மாதிரி கூச்சல் போடறாங்க! பாத்துக் கிட்டிருக்கீங்க!’

‘நவநீத், கீப் காம்’ என்றார் பிரபாகர்.

‘போலீஸ் ஆபீசர் சாட்சியம் போதாது. ஏற்கெனவே போலீஸ் அராஜகத்தைப் பத்தி பேப்பர் எல்லாம் முழங்குது!’

கோவர்தன் ராவ் தொடர்ந்து, ‘சார், நடந்தது இதுதான்! உங்க பையன் அந்தப் பெண்ணைக் காப்பாத்தி இருக்கான். அது ஏதோ தெருவில் நின்னு அழுதுக்கிட்டிருக்கு. அவ அப்பா அம்மா விலாசம் அதுகிட்ட கேட்டிருக்கான். சொல்லத் தெரியலை. அதை அந்த வீட்டுக்கு அழைச்சிட்டுப் போயி பிஸ்கட் குடுத்து சாக்லட் குடுத்து ஆப்பிள் வெட்டக் கத்தி எடுத்தா, உடனே அரஸ்ட் பண்ணிடறதா? அதை நைச்சியமா, ‘அம்மா எங்கே இருக்காங்க? பேர் என்ன?’ன்னு விசாரிச்சுக்கிட்டிருக்கும்போது இவங்க கதவை உடைச்சுட்டு உள்ள வந்தாங்களாம்.’

‘நம்ம கௌபாய் வீட்டை உடைச்சு உள்ள பூந்துட்டாராக்கும்!’

‘மை காட்! மை காட்! உனக்கு மனசாட்சின்னு ஏதாவது இருக்காய்யா?’

கோவர்தன் அயராமல், ‘சி.ஆர்.பிசி செக்‌ஷன் 496, 497.. படி’ என்று தொடங்கினார்.

‘ஷட் அப் யூ பாஸ்டர்ட்! யுர் ஸன் ஆஃப் எ பிட்ச்!’

‘ச்ச்ச்! ஒரு பொறுப்பான சீனியர் போலீஸ் ஆபீசர் பேசற பேச்சா இது? இப்படி உணர்ச்சிவசப்படறது நல்லதில்லை. பிரபாகர், அமைதியா இரு. நான் சொல்றதைக் கேளு. உன் கடமையைச் செய்யறதில் நான் குறுக்க வர விரும்பலை. ஆனா கடமையைச் சரியாச் செய்யணும். சும்மா ஒன்றரை அணா எவிடன்ஸ் வெச்சுக்கிட்டு அரஸ்ட் பண்ணலாமா? ரிலீஸ் ஹிம்!’

பிரபாகர் நிதானமாகப் பேசினார். 'சார், நீங்க மினிஸ்டரா இருக்கலாம். என்னோட ஆபீஸ் தலைவிதியை நிர்ணயிக்கிறவரா இருக்கலாம். இருந்தாலும் உங்க பையனை ரிலீஸ் பண்ணறதி னால் நீங்க அவனுக்கு மிகப் பெரிய தீங்கு விளைவிக்கப் போறீங்க. 'நாம என்ன வேணா செய்யலாம், நம்ம அப்பா பாத்துப்பார்'னு அவனுக்கு தைரியம் வந்துரும். அவனைத் தண்டிச்சே ஆகணும்! சார், உங்க மகன் ட்ரக்ஸ் உபயோகிக் கிறான். ஏதோ மலைங்கறான். குரல்ங்கறான். கையும் களவுமா போலீஸ் ஆபீசர்கள் நாங்க புடிச்சிருக்கோம்... அவன் அனுப்பின கடிதங்கள் இருக்கு...'

'ஒண்ணுகூட எவிடன்ஸா ஒத்துக்க முடியாது!'

பிரபாகர் ராவ் சற்று அலுப்புடன், 'சார், உங்க மகன் ஹி இஸ் ஸிக்! பார்டர்லைன்! அவனை இப்ப கரெக்ட் பண்ணாட்டி ஹி வில் கோ பெர்ஸர்க்!'

'தாங்க்ஸ் ஃபர் தி அட்வைஸ்! அவனை ரிலீஸ் பண்றீங்களா?'

'முடியாது சார்!'

'பிரபாகர்! பி கேர்ஃபுல்!'

'நீங்க என்ன வேணா செஞ்சுக்குங்க சார். நான் ரிலீஸ் பண்ணமாட்டேன்.'

'ஆல் ரைட். பெயில்ல விட்டுறுங்க.'

'சாரி. இது நான்-பெய்லபிள் அஃபன்ஸ்!'

'நீயே ஜட்ஜு, நீயே ப்ராசிகியூட்டராய்யா?'

'ஸாரி!'

'வரன்யா, காலை பார்த்துறலாம்! சுனில்!'

சுனில் வெளியே தாழ்வாரத்தில் சிகரெட் பிடித்துவிட்டு அந்த அறைக்கு மறுபடி செல்லும்போது அடுத்த அறையில் தூங்கும் தன் குழந்தையை மடியில் கிடத்திக்கொண்டு உட்கார்ந்திருந்த ப்ரேமலதாவைப் பார்த்தான்.

'ஹாய் ப்ரேமா.'

திடுக்கிட்டு நிமிர்ந்தாள்.

'இந்து எப்படி இருக்கா!'

'ப்ரேமா! யு லுக் ராவிஷிங்! என்னிக்காவது ஒருநாள் நம்ப காதல் நிறைவேறத்தான் போவுது! குட்பை!' என்று சொல்லிவிட்டு அடுத்த அறைக்குள் சென்றான்.

'சுனில், மை சன்! ராத்திரி இங்க இருக்க வேண்டிவரும்! போலீஸ் ஆபீஸர் முரட்டுப் பிடிவாதமா இருக்கார். நாளைக் காலைல முதல் காரியமா உன்னை ரிலீஸ் பண்ணிடறேன் ஸாரி.'

'பரவாயில்லை. இருக்கேன் டாட்!'

பிரபாகர் ராவ் வீட்டுக்குத் திரும்பும்போது மணி பன்னிரண்டு அடித்து விட்டது.'சித்ரா தூங்கிட்டாளா?'

'உங்களுக்காக பத்தரை வரை முழிச்சிக்கிட்டிருந்தது. தினம் சாயங்காலம் அழைச்சிட்டுப் போறேன்னு சொல்றீங்க. வர்றது என்னவோ பன்னண்டு!'

'எங்கே போகணுமாம்?'

'அது ஏதோ வால்ட் டிஸ்னி நாய் படமாமே! ஏன் ஒரு மாதிரி இருக்கீங்க?'

'எனக்கும் நம்ம மந்திரிக்கும் மோதல் ஆய்டுச்சு! அந்தப் ப்ரேமா பரமானந்த் கேஸ் இல்லை. அந்த ஆளைக் கண்டுபிடிச்சுட்டோம். கடைசியில அவன் மந்திரியோட மகன்.'

'அடப்பாவமே!'

பிரபாகர் ராவ் சிரித்தார். 'என் பிரமோஷன் போச்சு!' என்றார். 'ஒரு துகள் சாரதா! அதில இருந்து கண்டுபிடிச்சோம். அதை லாப்ல கொடுத்து அது கஞ்சாத் துகள்னு கண்டுபிடிச்சு... ஒப்பியம் டென்ல ஆளைப் போட்டு அவனுக்கு வலைவிரிச்சு, அவனைக் கண்டுபிடிச்சு, துரத்தி, கஷ்டப்பட்டு பிடிச்சோம், நாளைக்கு அவன் ரிலீஸ் ஆய்டுவான்.'

'அதெப்படி முடியும்!'

'எல்லாம் முடியும் சாரதா! எதையும் விலைக்கு வாங்க முடியும்; மௌனம் நியாயம், சட்டம், சாட்சிகள் எல்லாத்தையும்'... பிரபாகர் ராவ் தூங்கிக் கொண்டிருந்த தன் பெண்ணைப் பார்த்தார்.

'பாவம், அதுதான் தினம் தினம் அப்பா வந்து அழைச்சுட்டுப் போவார்னு காத்திருக்குது... வாங்க, வந்து படுத்துக்குங்க, காலைல கவலைப்படலாம்.'

பிரபாகர் ராகவ் தன் சட்டையை அவிழ்த்து ஆணியில் மாட்டுவதற்குமுன் அதன் பையில் துருத்திக்கொண்டிருந்த கடிதத்தைப் பார்த்தார். 'இது என்ன கடிதம்?'

அந்தப் பையன் ப்ரஸன்னா அவசரத்தில் கொடுத்ததல்லவா! அட! படிக்கச் சமயமே இன்றி எவ்வளவு அலுவல்கள்! பிரித்தார்.

மதிப்புக்குரிய உதவி கமிஷனர் திரு பிரபாகர் ராவ் அவர்களுக்கு,

நான் ப்ரஸன்னா. என்னை ஞாபகம் இருக்கும் என்று நினைக்கிறேன். உங்களைப் பலமுறை சந்திக்க வந்து ஏமாற்றம் அடைந்தேன். அய்யா, நான் ரேகா என்று பெண்ணை மனப் பூர்வமாகக் காதலித்து, அவளைத் திருமணம் செய்துகொள்ள இருந்தபோது நிகழ்ந்த சம்பவங்கள் உங்களுக்கு நினை விருக்கும். ரேகாவின் தாய் தந்தையர் அவளை ஊரைவிட்டு அப்புறப்படுத்தி எங்கோ கொண்டு சென்றுவிட்டார்கள். அவள் எங்கிருக்கிறாள் என்பதும் தெரியவில்லை. கடிதம், டெலிபோன் ஏதும் இல்லை. இந்நிலையில் அவளுக்கு வேறு கல்யாணம் ஏற்பாடு செய்துவிட்டதாக அறிகிறேன். உங்கள் உதவியை நாடினேன், கிடைக்கவில்லை. கமிஷனர் சார், எனக்கு வாழ்க்கை யில் அவளைத் தவிர வேறு ஏதும் இல்லை. ரேகா ரேகா என்று என் ஒவ்வொரு மூச்சும் அவளைக் கேட்கும் நிலையில், அவள் எனக்குக் கிட்டாத நிலையில் என் உயிரை மாய்த்துக்கொள் வதைத் தவிர வேறு ஏதும் எனக்கு மார்க்கம் இருப்பதாகத் தோன்றவில்லை. எங்களுக்காக அபிமானத்துடன் நீங்கள் நடந்துகொண்டதற்காக மிகுந்த வந்தனங்கள். நன்றி, வருகிறேன்!

உண்மையுடன்,
ப்ரஸன்னா.

'ஓ மை காட்!' என்று மறுபடி சட்டை அணிந்துகொண்டார் பிரபாகர். உடனே டெலிபோனுக்கு ஓடினார்.

'என்ன ஆச்சு?'

'இன்னொரு கேஸ் சாரதா! கொஞ்சம் அசப்பில இருந்துட்டேன். மிஸ்டர் அகர்வால்! பிரபாகர் ராவ் ஹியர். உங்களை இந்த வேளையில் தொந்தரவு செய்யறதுக்கு மன்னிச்சுருங்க! எனக்கு அவசரமா அந்தப் பையன் ப்ரஸன்னாவுடைய விலாசம் வேணும்!'

23

பிரபாகர் ராவ் காரில் மௌனமாக உட்கார்ந்திருந்தார். ஜன்னல் வழியே பின்னிரவின் சில்லென்ற காற்று முகத்தில் விளையாடியது. காரில் உள்ளே ஒயர்லஸ்கூட தூக்கக் கலக்கத்தில் இருந்தது போல் அவ்வப்போது விழித்துக்கொண்டு கரகரத்தது.

'யஷ்வந்த்பூர் போப்பா, கொஞ்சம் வேகமா.'

'சைரன் போடவா சார்?'

'வேண்டாம்! டிராபிக் ஏதும் இல்லை. அனாவசியத் துக்கு பிளாட்பாரத்தில் படுத்திருக்கிறவர்களை எழுப்ப வேண்டாம்.' பிரபாகர் ராவின் மனசில் நிறைய ஆதங்கம் இருந்தது. சற்றுமுன் போலீஸ் நிலையத்தில் நிகழ்ந்தவற்றில் அவர் மனம் நியாயமான வெறுப்பில் நனைந்திருந்தது. எனக்குப் பதவி உயர்வு கிடைக்காது! அது நிச்சயம்! அது போனால் போகிறது. அந்தப் பையன் தப்பித்துவிடுவான். அதுதான் இதில் சோகம். பாழாய்ப் போகட்டும்! அதைப்பற்றி இப்போது என்ன கவலை? அந்தப் ப்ரஸன்னாவைப் பற்றி யோசிக் கலாம்.

எப்போது கொடுத்தான் அந்தக் கடிதத்தை? ஏதோ ஒரு காலை என்று ஞாபகம், பரமானந்தின் வீட்டுக்குக் கிளம்புகிற சமயம் கமிஷனர் ஆபீசிலிருந்து வெளி வரும்போது கொடுத்தான். ஞாபகம் இருக்கிறது.

இன்றா, நேற்றா? பிரபாகர் ராவின் தினங்கள் அனைத்துமே அவசர தினங்கள்!

'ஒரு அஞ்சு நிமிஷம் சார்! ப்ளீஸ்' என்று ப்ரஸன்னா கெஞ்சியது நினைவுக்கு வந்தது. சே! நின்று கேட்டிருக்கவேண்டும்.

பிரம்மசாரிகளுக்கும் இரானிய மாணவர்களுக்கும் என்று கட்டப்பட்ட இரட்டை மாடிக் கட்டடத்தில் நூறு அறைகள் இருந்தன. கார் நின்றதும் இறங்கி உள்ளே சென்று மேனேஜரை எழுப்பினார். மேனேஜர் வாரிச் சுருட்டிக்கொண்டு எழுந்தார். 'இந்த லாட்ஜில் எல்லாரும் மரியாதைப் பட்டவங்க சார்! க்ளீனா நடத்தறோம். பெண் பிள்ளை விஷயம் கிடையாது!'

'நாங்க ரெய்டுக்கு வரலை. அறுபத்தி இரண்டாம் நம்பர் ரூம் எங்கே?'

'மாடில இடது பக்கம். என்ன சார் விஷயம்?'

'கூட வாங்க சொல்றேன்.'

கனத்த பூட்ஸ் ஒலிகள். பிரபாகர் ராவும் போலீஸ் டிரைவரும் மௌனமாக நடந்தார்கள். அறுபத்திரண்டாம் எண்ணை அணுகும்போது அவர் இதயம் படபடத்தது. கடவுளே! அவன் நிம்மதியாகத் தூங்கிக்கொண்டிருக்க வேண்டும்.

கதவு உட்பக்கம் தாளிடப்பட்டிருந்தது. தரையில் கதவருகில் மூன்று கடிதங்கள் கிடந்தன. துணுக்குற்றார்! அவற்றைப் பொறுக்கிக்கொண்டு, 'ப்ரஸன்னா! ப்ரஸன்னா!' என்று தட்டினார், நம்பிக்கையின்றி.

'உடைச்சிடுங்க' என்றார்.

தொற்றல் கதவு சுலபமாகத் திறந்துகொண்டது. மேனேஜர் சுவரில் தடவி விளக்கைப் போட்டார். ப்ரஸன்னா படுத் திருந்தான்.

நல்லவேளை, கட்டிலில்தான் படுத்திருந்தான். அருகில் சென்று 'ப்ரஸன்னா, ப்ரஸன்னா' என்று எழுப்பினார். கன்னத்தைத் தட்டினார்! சில்லென்றிருந்தது. மருந்து சீசா திறந்து காலியாக அருகே கிடந்தது. முகம் நீலமாக இருந்தது.

'காட்! வி ஆர் லேட்!' என்றார்.

'என்ன சார் ஆச்சு?'

'தற்கொலை!'

'அடாடா! நல்ல பையன் சார். ரொம்ப சாது. வாடகை ஒழுங்காக் குடுத்துடுவான். சண்டை கிடையாது. கெட்ட பழக்கம் கிடையாது.'

பிரபாகர் ராவுக்கு அந்தக் குழப்பமான உரையாடல்கள் பதிலளிக்கவில்லை. அன்று அவனிடம் சொன்னது ஞாபகம் வந்தது.

'லுக், ஐம் இன் எ டெஸ்ப்ரேட் ஹர்ரி. இரண்டு முக்கியமான கேஸ்ல தீவிரமா இருக்கேன். சாயங்காலம் வாயேன். கொஞ்சம் ஃப்ரீயா இருப்பேன்.'

அடிப்பட்டவன்போல் அவன் முகம் மாறியது நினைவில் பளிச்சிட்டது.

'உங்களுக்கு சமயம் இருக்கும்போது இதைப் படிங்க சார்...'

படித்திருக்கவேண்டும்! படித்திருக்கவேண்டும்!

நிறம் மாறிக்கொண்டிருந்த உடலைப் பார்த்தார். அபரிமிதமான தலைமயிர். கச்சிதமான உடம்பு. கண்ணாடியைக் கழற்றி அருகில் மடித்து வைத்திருந்தான். ஜோல்னா பை ஆணியில் தொங்கிக்கொண்டிருந்தது. மார்பில் கட்டுக்கட்டாக நீலத்தாள் களில் எழுதப்பட்ட கடிதங்கள்.

'என் உயிருக்கு உயிரான என் சொந்த எனக்கே, எனக்காக ப்ரஸன்னா...'

ரேகாவின் கடிதங்கள்.

'கண்ட்ரோல் ரூமுக்கு உடனே தகவல் சொல்லிடுங்க, விக்டோரியாவில இருந்து ஆம்புலன்ஸ் அனுப்பும்படி.'

ப்ரஸன்னாவுக்கு அன்று வந்திருந்த கடிதங்களைப் பார்த்தார். பிரிட்டிஷ் கவுன்ஸில், பங்களூர் லிட்டில் தியேட்டர். இப்பவும் ரேகாவிடமிருந்து ஒரு கடிதம்.

டூ லேட் ரேகா!

பிரபாகர் ராவ் காரை நோக்கி நடந்தார்.

ப்ரஸன்னாவின் உடல் போஸ்ட்மார்ட்டம் பரிசோதனைக்காக விக்டோரியா ஆஸ்பத்திரிக்குக் கொண்டுவரப்பட்டபோது ஆஸ்பத்திரியில் ஆக்ஸிடெண்ட் வார்டில் ஆறுமுகம் காலில் பெரிசாகக் கட்டுடன் படுத்திருந்தான். அவன் படுக்கையைச் சுற்றிலும் மடக்குத் திரை போடப்பட்டிருந்தது. போலீஸ்காரர்கள் சூழ்ந்திருந்தார்கள்.

ஆறுமுகம் விழிப்புடன்தான் இருந்தான். இன்ஸ்பெக்டர் நவநீத்குமார் அவனிடம் பேசிக்கொண்டிருந்தார்.

'சரியான கில்லாடிய்யா நீ!'

'மாட்டிக்கிட்டேனே சார்!'

'உன்னைச் சந்தேகிக்கவே இல்லை நாங்க. திருட்டு நடந்த ராத்திரி நம்ம ஸ்டேஷன்ல போலீஸ் லாக்-அப்பில் பத்திரமா இருந்திருக்கே! இதுல மட்டும் தப்பிச்சிருந்தே, இந்த நூற்றாண்டிலேயே பெரிசா இருந்திருக்கும் உன் வேலை!'

'பொம்பளையாலே கெட்டேன் சார்!'

'கம்ப்யூட்டர் ப்ரிண்ட் அவுட் கூட இது எம்.ஓ. க்ரைம் ஸ்டேஷன் ஆறுமுகம்னு அலறுது! நான் நம்பலை. ஆள் ஸ்டேஷன்ல இருந்திருக்கான், எப்படி அது சாத்தியம்னுட்டு... கில்லாடியா நீ! இந்தப் புத்தியை ஆக்க வழிகளில் உருப்படியா பயன்படுத்தினா என்னவாம்?'

ஆறுமுகம் 'அப்படியே செய்யறனுங்க! ஆவட்டுங்க!' என்றான்.

'அது சரி, அந்தப் பொம்பளை யாரு?'

'அது இன்னும் அகப்படலியா?'

'அந்தக் குழப்பத்தில் தப்பிச்சுட்டு ஓடிறுச்சு. எங்க போறது? சிக்பேட்டை கேஸ¬. புடிச்சிறலாம்... யாருய்யா அந்தப் பொண்ணு?'

'தெரியாதுங்க!'

'தெரியாதா?'

'அந்தப் பொண்ணை விட்டுருங்க! அதும்மேல ஏதும் குற்றம் இல்லை. நான்தான் அந்தப் பொண்ணை உபயோகிச்சுக் கிட்டேன். அதுக்கா ஒண்ணும் தெரியாது. நான் சொல்லிக் கொடுத்ததுதான் எல்லாம்...'

'இருந்தாலும் உனக்கு அக்காம்ப்ளிஸ் இல்லையா?'

'இல்லிங்க, அதை விட்டுறுங்க. சாவிக் கொத்துமாதிரிதான் அதை உபயோகிச்சுக்கிட்டேன். அதுக்காக அவளுக்குத் தண்டனை கொடுக்கறது நியாயமில்லிங்க. உங்களுக்குத்தான் திருட்டுப் பொருள் அத்தனையும் கிடைச்சிருச்சில்ல...'

'ஒண்ணு, ரெண்டு மோதிரம்தான் காணாமப் போயிருச்சு! ரோட்டில பொறுக்கிட்டு போய்ட்டாங்க.'

'இன்ஸ்பெக்டர் அய்யா, கண்ணைச் சொருகுது. கொஞ்சம் தூங்கறேன்.'

'இன்ஸ்பெக்டர் நவநீத்குமார் அந்த வார்டை விட்டு விலகும் போது கான்ஸ்டபிளிடம், 'நல்லா பாத்துக்கய்யா ஆசாமி படா ஹோஷியார். தப்பிச்சுக்கிட்டு ஓடிருவான்.'

ஆறுமுகம் அந்த நிலையில் இல்லை. அவன் கால் பலத்த பிளாஸ்திரி கட்டில் உயரத் தூக்கப்பட்டு சக்கரங்களால் பிணைக்கப்பட்டு அந்தரத்தில் நின்றது.

சில பின் குறிப்புகள்:

வசந்த காலக் குற்றங்களுக்கு முற்றும் என்பதே கிடையாது. நாம் சொன்னது ஏதோ ஒன்றிரண்டு குற்றங்களே. இன்றைய தினம் இந்தக் குற்றங்களுடன் சம்பந்தப்பட்டவர்கள் எங்கே இருக்கிறார்கள்? என்ன செய்கிறார்கள்... பார்க்கலாம்.

சுனில்: முதல் மெட்ரோபாலிடன் மாஜிஸ்ட்ரேட் கோர்ட்டில் சுனிலின் வழக்கு விசாரணைக்கு எடுத்துக்கொள்ளப்பட்டு பிராசிக்யுஷன் தரப்பில் வலுவற்ற சாட்சியங்களால் சுனில் விடுதலை செய்யப்பட்டான். அவன் இப்போது பூனாவில் ரஜினிஷ் ஆசிரமத்தில் அபிமன்யு என்று பெயர் மாற்றப்பட்டு, மா.சரஸ்வதி என்னும் ஸ்காண்டிநேவியப் பெண்ணுடன் தனிமையில் வாழ்க்கையின் அர்த்தத்தை வியந்து கொண்டிருக் கிறான்.

ப்ரேமலதா, பரமானந்த்: இருவரும் கோர்ட்டுக்கு சாட்சிக்குச் செல்லவில்லை. பரமானந்துக்கு செய்தித்துறை மந்திரியைத் தெரியும். அவருக்கு உள்துறை மந்திரியைத் தெரியும். ப்ரேமலதாவின் வற்புறுத்தலின் பேரில் இவர்கள் இந்துவின் பள்ளிக்கூடத்துக்கு மிக அருகே வீடு மாற்றிக் கொண்டிருக்கிறார்கள். வீட்டில் டெலிபோனை நீக்கிவிட்டார்கள். இந்து நல்ல உயரமாக வளர்ந்துவிட்டாள். அவள் கழுத்தில் இன்றும் மெலிதான தழும்பு இருக்கிறது.

ரேகா அகர்வால்: இப்போது ரேகா மல்ஹோத்ராவாகி (கணவர் மல்ஹோத்ரா டி.ஸி.எம். டேட்டா பிராடக்ட்ஸில் சர்வீஸ் இன்ஜினியர்) தற்போது கர்ப்பமாக இருக்கிறாள். பெருத்து விட்டாள். ப்ரஸன்னா என்கிற பையன்மேல் அவளுக்கு அசாத்திய கோபம். ராஸ்கல், போட்ட கடிதங்கள் ஒன்றுக்காவது பதில் போட்டானா! கோழை. ரேகாவுக்கு தன் பெற்றோர்கள் மேல் இருந்த கோபம் விலகிவிட்டது. எல்லாம் தன் நன்மைக்காகத்தான் செய்தார்கள்.

ஆறுமுகம்: குற்றம் நிரூபிக்கப்பட்டு, தண்டனை அளிக்கப்பட்டு மறுபடி பெங்களூர் மத்திய சிறைச்சாலைக்கு அனுப்பப்பட்டிருக்கிறான். சிறையில் மிகவும் பவ்யமாகவும் சாதுவாகவும் நடந்து கொள்கிறான். சிறைச்சாலை நூலகத்தில், ராஜாஜியின் 'ஸோக்ரதர் ஆத்ம சிந்தனைகள்' படிக்கிறான். அவன் திருந்திவிட்டான் என்றே தோன்றுகிறது. குறிப்பிட்ட காலத்துக்கு முன்பே நன்னடத்தைக்காக வெளியே வந்துவிட்டாலும் ஆச்சரியப்படுவதற்கில்லை. ஆறுமுகம் தீர்மானித்திருக்கிறான். 'அடுத்த முறை தனியாகச் செய்யணும், நிச்சயம் ஒரு பொம்பளையை சேர்த்துக்கக்கூடாது.'

இன்ஸ்பெக்டர் நவநீத்குமார்: ஐஜியின் சிபாரிசின் பேரில் நவநீத்குமாருக்கு ரூ. 300 சன்மானம் கிடைத்தது. நகைத் திருட்டை அத்தனை சீக்கிரம் கண்டுபிடித்ததற்கு அவருடைய பர்ஸனல் ஃபைலில் Form No.31-ன் படி சிலாக்கியமான சேவைப் பாராட்டுப் பத்திரம் ஒன்றும் பதிவாகியிருக்கிறது.

பிரபாகர் ராவ்: அவருக்குக் கிடைக்கவேண்டிய பதவி உயர்வு ஒத்திப் போடப்பட்டு உதவி கமிஷனர் சூப்ரண்ட் பதவியிலேயே விவசாய அலுவலகத்தில் டைரக்டராக மாற்றப்பட்டிருக்கிறார். அவர் இடத்தில் போலீஸ் உதவி கமிஷனராக குல்பர்

காவிலிருந்து உள் துறை மந்திரிக்குத் தெரிந்த ஒரு பிரபு மாற்றப் பட்டிருக்கிறார்.

குமாரி: கவிதா லாட்ஜில்தான் இருக்கிறாள். அவளுடன் அந்தச் சிறிய அறையில் வசிக்கும் 'ஸ்ரீதேவி' எனப்படும் பீமாவரம் ராமம்மாவிடம் அவள் பேசிக்கொண்டிருப்பதைக் கேட்கலாம்.

'எத்தினி நகைங்கறே! சீதேவி... மோதரமோ டஜன் கணக்கில இருந்தது. வளைவிலதான் எத்தனை தினுசு! நெளி நெளியா பாம்புவளை, அப்புறம் கல்லுவளை, சங்கிலிதான் எத்தினிங் கறே... அப்புறம் வைரம் பதிச்சு, காதுக்கு மூக்குக்கு... லட்சக் கணக்கா விலை இருக்கும். பாவி! கோட்டை விட்டேன் சீதேவி!'

'போட்டுப் பாத்தியா?'

'ஒருமுறை எல்லாத்தையும் ஆசை தீரப் போட்டுப் பார்த் துட்டேன்!'

'அக்காவ் கூப்படறாங்க. கஷ்டமருங்க வந்திருக்காங்க.'

'இரு சீதேவி, போய்ட்டு அஞ்சு நிமிஷத்தில் வந்துர்றேன், பாக்கி கதையும் சொல்றேன்...'

குமாரி தன் மார்புச் சேலையை நீக்கி சிக்கனமாக பாவாடை சட்டையுடன் அங்கே போய் பொம்மைபோல் நிற்கிறாள்.

பேச்சு வார்த்தை நடக்கிறது. குமாரி கீழே பார்த்துக்கொண்டே புதிதாக வந்தவனுடன் அறைக்குச் செல்கிறாள்.

விளக்கை அணைக்குமுன் ஒரே ஒரு முறை அவன் முகத்தை நிமிர்ந்து பார்க்கிறாள். ஒருகால் ஆறுமுகமாக இருக்குமோ என்கிற அற்ப ஆசையில்.